குருபிரசாதின் கடைசி தி

குருபிரசாதின் கடைசி தினம்

சுஜாதா

கிழக்கு

குருபிரசாதின் கடைசி தினம்

Guruprasadin Kadaisi Thinam

Sujatha Rangarajan ©

Kizhakku First Edition: January 2011

48 Pages, Price Rs. 30

Printed in India.

ISBN 978-81-8493-623-0

Kizhakku - 603

Kizhakku Pathippagam
No.33/15, Eldams Road,
Alwarpet, Chennai - 600 018.
Phone : 044 - 42009601/03/04
Fax : 044 - 43009701

Email : support@nhm.in
Website : www.nhm.in

Kizhakku, An imprint of New Horizon Media Pvt. Ltd.

Cover Image : **Shutterstock**

PRODN / 08 / 02-11

Publisher
Badri Seshadri
Chief Editor
Pa. Raghavan
Editors
Uma Sampath
S. Sujatha
Marudhan
B.R. Mahadevan
Copy Editors
Mugil
Sa.Na. Kannan
R. Muthukumar
Balu Sathya
R. Immanuel
Chief Designer
T. Kumaran
Designers
S. Kathiravan
Muthu Ganesan
E. Anandan

இவனுக்கு செரிப்ரல் ஹெமரேஜ். இதுக்கு முன்னாடி இவனுக்கு பிபி நிறைய இருந்திருக்கலாம். இந்த ஆள் கார்டைப் பார்த்திருந்தா தெரிந்திருக்கும். அப்புறம் இவன் ரத்த அழுத்தத்தை எந்த டாக்டரும் பார்த்ததாத் தெரியலை. பார்த்திருந்தா உடனே இவனுக்கு பிபி மாத்திரை கொடுத்து குணப்படுத்தியிருக்கலாம்! இப்ப இவன் ஏறக்குறைய கைவிட்ட கேஸு... ரெண்டு மூணு நாளைக்கு மூச்சு வுட்டுக்கிட்டு இருப்பான். அவ்வளவுதான்.'

அந்தத் தொழிற்சாலையில் வேலை செய்யும் பத்தாயிரம் பேரில் ஒருவன் குருபிரசாத். வயது 27. சென்ற வருஷம் கல்யாணம். மனைவி கர்ப்பமாக இருக்கிறாள். குரு என்று நண்பர்கள் அவனைக் கூப்பிடுவார்கள். நண்பர்கள் மிகச் சிலரே. உடன் பணி புரியும் கே.பி.ஸ்ரீனிவாசமூர்த்தி, ஆஞ்சநேயப்பா, டாமினிக், அப்புறம் ரொம்ப யோசித்துப் பார்த்ததில் வீட்டுக்காரரின் மகன் சத்யநாராயணா.

குருபிரசாத் ஏறக்குறைய ஒரு இயந்திரம். தினசரி பஸ் பிடித்து இஷ்டம் இல்லாமல், கவனம், சிரத்தை இல்லாமல் ரிவெட் ரிவெட் ரிவெட் ரிவெட் என்று நாள்பூரா ரிவெட் அடிக்கும் சீனியர் மெக்கானிக். வேலை செய்து எட்டு வருஷம் அனுபவம் உள்ள மஹா ரிவெட். எட்டு வருஷம் என்ன அனுபவம்? ஏதாவதொரு மெஷின் அருகில் மேற்பார்வை, ஏதாவது ஒரு பட்டனை அமுக்குதல், ஏதாவது ஒரு பச்சை விளக்கு எரிந்தால் மற்றொரு பொத்தானை அமுக்கி மணி அடிக்கிறவரைக்கும் அல்லது சிவப்பு விளக்கு எரியும் வரைக்கும் காத்திருந்து நிறுத்தி... இந்த ரீதியிலேயே இயந்திரங்களின் தவிர்க்க முடியாத மனித அங்கங்களாக நிறைய வேலைகள் ஒரு தொழிற்சாலையில் உள்ளன. இந்த வேலைகளில் ஏழு வருஷம் அனுபவம் உள்ளவன், வெறும் இயந்திரம் ஆகிவிடுவான். ஷர்ட்டுக்குள் கைவிட்டு

அவன் முதுகில் தடவிப் பார்த்தால் ஒரு சாவி கொடுக்கும் முனை தென்பட்டால் ஆச்சரியப்படவேண்டாம். குருபிரசாத் ஒரு சீனியர் மெக்கானிக். ஒரு தொழிலாளி. தொழிற்சாலையை விட்டு வெளியே வந்தால் ஒரு மனிதன், ஒரு கணவன். இவனிடம் பிர சித்தமாக எதுவும் கிடையாது. மிக அழகானவனோ அருமை யாகப் பாடக்கூடியவனோ விளையாடக்கூடியவனோ, யாதும் இல்லை. கதாநாயகத்தனம் சுத்தமாக அவனிடம் இல்லை. இந்தக் கதையை முழுவதும் ஆக்கிரமித்துக்கொள்ளப்போவது குருபிரசாதின் மரணம்.

குரு தொழிற்சாலைக்குச் சேர்ந்தபோதே பத்தொன்பது வயதுக்கு அவனுக்கு ரத்த அழுத்தம் சற்று அதிகமாகத்தான் இருந்திருக் கிறது. அப்போது பரிசோதனை செய்த டாக்டரின் ரத்த அழுத்தக் கருவி சற்று பழுதுபட்டு அதன் புஸ்புஸ் ரப்பர் சாதனங்களில் எங்கோ ஒரு ஊசி ஓட்டை ஏற்பட்டு அவனது அதிகப்படியான ரத்த அழுத்த நிலை அப்போது கண்டுபிடிக்கப்படவில்லை. ரத்த அழுத்த மிகையால் அவனுக்கு அவ்வப்போது லேசாகத் தலைவலியும் சிற்சில செகண்டுகள் தலைசுற்றலும் வரும்போது எல்லாம் தொழிற்சாலையைச் சார்ந்த டிஸ்பன்சரிக்குச் சென்று ஒன்றிரண்டு ஆஸ்பிரின், டிஸ்பிரின் என்று ஏதோ ஒரு ரின்னை விழுங்குவான். தலைசுற்றல் வருகையில் பக்கத்தில் சற்றுப் பிடித்துக்கொள்வான். எப்போதாவது அவன் ரத்த அழுத்தத்தை யாராவது விஷயம் தெரிந்த டாக்டர் சோதித்திருந்தால் உடனே அவர் எகிறிக் குதித்திருப்பார். அவன் டயஸ்டாலிக்கில் இருந்த எச்சரிக்கையைக் கவனித்து உடனே அவனைப் படுக்கையில் வீழ்த்தியிருப்பார். குருபிரசாத் ஒரு தடவை போனது ஒரு ஆர்.எம்.பி. ராயரிடம். இருபது வருஷங்களாகச் சின்னக் குழந்தைகளுக்கே வைத்தியம் பார்த்துப் பார்த்து அவர் உலகமே, வயிற்றில் பூச்சி நெளியும் உலகம். உலகத்தின் சகல உபாதை களுக்கும் ஒரு டோஸ் பூச்சி மருந்து சாப்பிட்டால் உடனே பளிங்கு மாதிரி துல்யமாகிவிடும் என்பது ராயரின் சித்தாந்தம். எனவே குருபிரசாத் அவரிடம் சென்றபோது கறுப்பாக டீ திரவம் போல ஒரு கலக்கல் கொடுத்து வயிற்றில் உள்ள அத்தனை மஷ்டும் வெளிவந்ததும் சரியாகி விடும் என்று சொன்னார். அந்த மருந்தைச் சாப்பிட்டுவிட்டு நிறையக் கழிந்தான். அதன்பின் சில தினங்கள் குருவுக்குத் தலைசுற்றல் இல்லை. எனவே அடுத்த தடவை தலைசுற்றல் வந்தபோது தானாகவே பேதி மருந்தும் ஆண்டிப்பார் பூச்சி மருந்தும் சாப்பிட ஆரம்பித்தான். இதற்கிடையில் குருவின் ரத்த அழுத்தம் நாளொரு மேனியும்

பொழுதொரு வண்ணமுமாக அதிகமாகிக் கொண்டே வந்திருக் கிறது.

போன வருஷம் குருவுக்குக் கல்யாணம். கோட்டை ஸ்ரீனிவாசப் பெருமாள் கோயிலில் நடந்தது கல்யாணம். சரஸ்வதி அவன் உசரமே இருந்தாள். குருபிரசாத் தங்கியிருந்த வீட்டுக்காரர் தும்கூர் நாராயணராவிடம், நம் வீட்டில் ஒரு பையன் இருக் கிறான், ஃபேக்டரி வேலை பூர்த்தி, அறுநூறு ரூபாய் சம்பளம், ரொம்ப நல்ல பிள்ளை என்று சொல்லி, அவர் தம் மகள் சரஸ்வதிக்காக குருவின் பெற்றோர்களைச் சந்தித்து சரஸ்வதியைப் பார்த்துப் பிடித்துப்போய் சுமங்கலிப் பிராப்தம், மாங்கல்ய பாக்யம், பொருத்தம் எல்லாம் சிலாக்கியமாக இருப்பதாக ஜாதகம் பார்த்துச் சொல்ல, எந்தச் சொர்க்கத்திலும் இவ்வளவு சீக்கிரம் கல்யாணம் நிச்சயமானதில்லை. சரியாக அஞ்சு வாரம் குருபிரசாத், சரசுவை மணந்து மாடியில் குடி வைத்து விட்டான். ஹனிமூன் போக லீவு இல்லை. நகரத்தின் அத்தனை தியேட்டர்களையும் படையெடுத்து இரவெல்லாம் விழித்திருந்து படுத்து கல்யாணத்துக்குப்பின் ஒரு தடவைதான் சரஸ்வதி விலகியிருந்தாள். குரு ஏதோ ஒரு ஆவேசத்துடன் அவசரத்துடன் சரஸ்வதியை அடைந்தான். அவள் மார்பில் அவன் முழுசாகப் படுக்கும்போது அவளுக்கு மூச்சு முட்டித் திணறும். தீர்ந்து போகாதா, தீர்ந்து போகாதா என்று காத்திருந்து பெரிசாக டீஸல் பஸ்ஸின் உபரிக் காற்று போல மூச்சு விட்டு அவன் இறங்க சரஸ்வதி அப்பாடா என்று தூங்குவாள். நம் கதை ஆரம்பிக்கிற சமயம் சரஸ்வதி மிகவும் கர்ப்பமாகி பெரிய வயிறு, முகம் எல்லாம் பாங்காக சற்று சதை போட்டு அழகாகப் பள பளப்பாக இருந்தாள். வெல்கம் வெல்கம் என்று இருக்கிற தலைகாணி உறையெல்லாம் எம்பிராய்டரி போட்டுக்கொண் டிருந்தாள். இப்பவோ நாளைக்கோ பிரசவம் என்று, கணக்கில் அகப்படாத கடைசி வாரத்தில் இருந்தாள். இனி.

முதல் தினம்

காலை குரு, சரஸ்வதியை டாக்டர் சாரதாபாயிடம் அழைத்துச் சென்றிருந்தான். சாரதாபாய் அவளைப் பரிசோதித்துவிட்டு பொசிஷன் எல்லாம் சரியாகவே இருக்கிறது, மெலிதான திரவம் வடிவது பற்றிக் கவலைப்பட வேண்டாம், இன்னும் ஒரு வாரத்தில் ஆகிவிடும் என்று மாத்திரைகள் எழுதித் தந்தாள். குரு அவளிடம் தன் தலைவலியைப் பற்றிக் கேட்கலாமா என்று

யோசித்தான். டாக்டரின் இளம் தோற்றம் அவனுக்குக் கொஞ்சம் அவநம்பிக்கையாக இருந்தது. லேடி டாக்டர் அழகாக இருக்கக்கூடாது. நிறையப் பவுடர் போட்டு மெலிதாக லிப்ஸ்டிக் போட்டுக் கொண்டு குனியும்போது மார்பு தெரிவதைப் பற்றி சற்று தாமதித்தே கவலைப்படுவதைப் பார்த்த குருவுக்கு ரொம்ப நாளானதால் சற்று வீரியம் புரண்டது. சத்யநாராயணா அழைத்துப்போவதாகச் சொல்லியிருக்கிறான்.

சரஸ்வதியைப் பார்த்தான். தலையெல்லாம் கலைந்து, புடைவை தூக்கிக் கட்டப்பட்டு, நெற்றியைச் சுருக்கிக்கொண்டு... அப்பா, எவ்வளவு பெரிய வயிறு. பெண் குழந்தையா என்ன? ஏதோ ஒரு குழந்தை! சமர்த்தாக வெளியே வந்தால் போதுமானது. ஆட்டோவை மெல்ல ஓட்டச் செய்து தன் மனைவியை அசங்காமல் மெல்ல வீட்டுக்கு அழைத்துச் சென்றான். மூன்றாவது பிளாக்குக்குச் சென்று சரசுவின் அம்மாவுக்கு உடனே வரும்படி தந்தி கொடுத்தான்.

இ.எஸ்.ஐ. ஆஸ்பத்திரி வழியாகச் செல்லும்போது தன் தலைவலியை ஒரு தடவை தீர விசாரிக்க வேண்டும். புதுசாக ஒரு டாக்டர் வந்திருக்கிறாராம். நன்றாகப் பார்க்கிறாராம். இந்த ஃபேக்டரி டாக்டரிடமாவது காட்ட வேண்டும். இந்தத் தலை வலி ஏறக்குறைய கூடப் பிறந்ததாகிவிட்டது. ஒட்டிக்கொண்டு விட்டது. ஒன்றில்லை ஒன்று செய்தாக வேண்டும். அதிக நாள் ஒத்திப்போடுவது பிரயோசனமில்லை. இன்றே லீவு எடுத்துக்கொண்டு இ.எஸ்.ஐ. ஆஸ்பத்திரிக்குப் போய்ப் பார்த்தால் என்ன? இன்று வேண்டாம், பிரவசம் ஆகட்டும். பிரசவத்தின்போது அதிக லீவு எடுத்துக் கொள்ள வேண்டிவரும். எல்லா லீவையும் இப்போதே தீர்க்கக்கூடாது.

வீட்டுக்கு வந்து மண்ணெண்ணெய் ஸ்டவ் பற்றவைத்து காப்பி போட்டு அவளுக்குக் காப்பி கொடுத்து தானும் சாப்பிட்டான். சரஸ்வதி தன் வயிற்றில் அவன் கையைப் பற்றி இழுத்து வைத்துக் கொண்டாள். புடைவை முடிச்சுக்குள் கை விட்டு சூடாக வயிற்றைத் தொட்டுப் பார்க்க, உள்ளே குழந்தை உதைப்பதை உணர்ந்தான்.

'பிரசன்னா டேய்' என்றான்.

'ஆண் பிள்ளைதான்னு தெரியுமா?' என்று சிரித்து, படுத்துக் கொண்டு உறங்கிப் போனாள். கடிகாரத்தைப் பார்த்தான்.

ஃபேக்டரி பஸ் வருவதற்கு இன்னும் ஒரு மணி நேரம் இருக்கிறது. இந்தத் தலை நோவு... சின்னதாக ஒரு தூக்கம் போடலாம். கனவு கண்டான். இரட்டைக் குழந்தைகளை வளர்க்க முடியவில்லை என்று ஒரு குழந்தையை யார் வீட்டிலோ கொடுத்துவிடுகிறார்கள். திருப்பிக் கேட்டால் தரமாட்டேன் என்கிறார்கள். பிரசன்னா, பிரசன்னா என்று கூப்பிட உள்ளே இருந்து அப்பா அப்பா என்று குரல் மட்டும் கேட்கிறது.

எழுந்துவிட்டான். முகத்தில் தண்ணீர் அடித்துக் கழுவிக் கொண் டான். சரஸ்வதியைப் பார்த்தான். நிம்மதியாகத் தூங்கிக் கொண் டிருந்தாள். எழுப்பவேண்டாம். கதவை வெளியிலிருந்து பூட்டிக் கொண்டு சென்றுவிடலாம். உள்ளேயிருந்தும் திறக்க முடியும்.

குரு வீட்டை விட்டு வெளியே வந்து பத்து தப்படி நடந்ததும் ஒரு தடவை அந்த தலைச்சுற்றல் வந்து சமாளித்துக்கொண்டான். காலை வெளிக்குப் போகவில்லை. அதனால்தான் தலைவலியும் போகவில்லை.

இரண்டரைக்கு தொழிற்சாலையின் பச்சை பஸ் வந்தது. அதில் ஏறிக்கொண்டு நாலு வருஷமாக தினம் உட்காரும் பின் பக்கத்து ஏழாவது சீட்டில் உட்கார்ந்தான். மற்ற தொழிலாளர்கள் எல்லோரும் வெளியே பார்த்துக்கொண்டோ அல்லது பத்திரிகை படித்துக்கொண்டோ மௌனமாகப் பிரயாணம் செய்தார்கள். யூனியன் ஆசாமி ஒருவன் மட்டும் சத்தம் போட்டுப் பேசிக் கொண்டிருந்தான். மேனேஜரைப் பற்றி அவன் இவன் என்று அவன் அன்யோன்யமாகப் பேசிக்கொண்டிருந்ததை மற்ற சிலர் ரசித்துக்கொண்டிருந்தார்கள்.

குருபிரசாத் வெளியே பார்த்தான். அந்த மாதிரி வீடு வாங்க வேண்டும். சரஸ்வதியின் சூடான வயிற்று ஜீவனை ஒரு தடவை உணர்ந்தது அவன் உதட்டில் புன்னகையாக மலர்ந்தது. சரஸ்வதி பாவம், இந்த வயிற்றிலும் ஸ்டூல் கொள்ளாமல் உட்கார்ந்து கொண்டு சமையல் செய்துவிடுகிறாள். அவள் அம்மா கொஞ்சம் முன்னால் வந்தால்தான் என்ன? மருமகளுக்குத்தான் பிரசவம் முடிந்துவிட்டதே! அவர்கள் குடும்பத்தில் சமீபத்தில் மூன்று பிறப்புகள். சரஸ்வதியின் அண்ணன் மனைவிக்கு; அப்புறம் அவள் அக்கா மனோவுக்கு இரண்டாவது பிரசவம்; அப்புறம் சரஸ்வதிக்கு. ஊருக்கு அனுப்பமாட்டேன் என்று சொல்லிவிட்ட தில் அவர்கள் எல்லோருக்கும் கோபம். பெங்களூரில் இல்லாத வசதியா என்ன? அவள்தான் இங்கே வரட்டுமே. நிச்சயம்

மகன்தான். குருபிரசன்னா என்று பெயர் வைக்க வேண்டும். எல்லாவற்றிலும் குரு வேண்டும். அவன் அப்பா குருராஜ். இவன் குருபிரசாத். மகன் குருபிரசன்னா. குரு! குரு! குரு! மாறி மாறி. புனரபி ஜனனம் புனரபி மரணம் என்று ராதா ஜெயலட்சுமி இசைத் தட்டில் கேட்டது ஞாபகம் வந்தது. அவ்வளவுதான் ஞாபகம் இருக்கிறது. அவனுக்கு அடுத்த வரி கேட்டால் தெரியாது. குரு பிரசாத்தின் படிப்பெல்லாம் வாரப்பத்திரிகைகளோடு சரி. விஜய சித்ரா படிப்பான். அதிலும் பொம்மை பார்ப்பதுதான் அதிகம். பிலிம்ஃபேர் பத்து சீட் தள்ளி ஒரு பெண் வைத்திருந்தாள். சிவப்பு அட்டை மட்டும் தெரிந்தது. திடீர் என்று அந்த பிலிம்ஃபேரைப் பார்த்தே ஆகவேண்டும் என்று தோன்றியது. ஒரு பிரதி வாங்கி விடலாம்.

சற்றேறக்குறைய ஒரு நகரத்தின் பஸ் ஸ்டேஷன்போல இருந்தது தொழிற்சாலையின் பஸ் நிலையம். குரு மெதுவாக இறங்கி அந்த ஜனத்திரளுடன் நடந்தான். தொழிற்சாலையின் வாசலில் அவன் பாஸ் காட்டிவிட்டு அந்த கான்கிரீட் மஹாமண்டபத்தில் நுழைந்து உள்ளே தன் ஷாப்புக்குச் சென்று தன் செக்ஷனுக்குச் சென்று தன் இடத்துக்குச் சென்று தன் மெஷினுக்கு முன் நின்றான். இரும்பு ஸ்டூலின் உயரத்தைச் சரி செய்துகொண்டான். நேற்று விட்டுப்போன வேலை இம்மி கலையாமல் அவன் தொடர்வதற்குக் காத்திருந்தது. மூத்திரம் வந்தது. ஷாப்பை விட்டு வெளியே வந்தான். Working class unity zindabad என்று செங்கல் சிவப்பில் சுவரில் எழுதியிருந்தது. பெண்கள் ரெஸ்ட் ரூமைக் கடக்கையில் ஒட்டுமொத்தமாகப் பெண் வாசனை அடித்தது. உள்ளே கலகல என்று கலைக்கப்பட்ட பறவைக் கூடுபோல் சப்தம் கேட்டது. பாத்ரூமில் மிக நீளமாக சாமான் வரையப்பட்டு அதன்மேல் மேனேஜ்மெண்ட் என்று எழுதி யிருந்தது. ஜெயலட்சுமி என்பவரின் அந்தரங்க பாகம் பென்சிலால் வரையப்பட்டு... குருவுக்கு வெட்கமாக இருந்தது.

தன் இடத்துக்கு வந்தான். ரிவெட் அடிப்பதற்கு, தகடு தயாராக இருந்தது. சூப்பர்வைசர் ஜாப்கார்டை மேசையில் வைத்து விட்டுச் சென்றிருந்தான். மூன்று செகண்டுக்கு ஒரு ரிவெட் அடித்தால் சாதாரண சம்பளம், இரண்டு செகண்டுக்கு ஒன்று என்றால் மூன்று ரூபாயும் செகண்டுக்கு ஒன்று என்றால் ஐந்து ரூபாயும் இன்சென்டிவ் கிடைக்கும். செகண்டுக்கு ஒன்று செத்தாலும் முடியாது. மூன்று மணிக்கு அப்புறம் மார் வலிக்கும்.

குருபிரசாத் ரிவெட் அடிக்க ஆரம்பித்தான். டடக்டக் டடக்டக் டடக்டக்... வேலை ஒன்றும் இல்லை, சுலபம்தான். இடது கையில் தகட்டைக் கொடுத்து காலால் ஒரு மிதி- கொடு-மிதி-கொடு-மிதி-கொடு-மிதி-.

அந்த சமயத்தில்தான் அவன் தலைவலி சற்று அதிகமாகி சற்று நேரம் விர்ர் என்று சுற்று சுற்றியது. வேலை செய்வதை நிறுத்தி விட்டு சற்று நேரம் வெறித்துப் பார்த்தான். தூரத்தில் அந்தப் பெண்ணின் மார்பின் முன் அந்தரத்தில் ஒரு மஞ்சள் வட்டம் தெரிந்தது. முட்டைக்கரு போல், காதுக்குள் விர்ர் என்று சப்தம் கேட்டது! சே! இன்றைக்கு ஃபேக்டரிக்கு வந்திருக்கக்கூடாது. பேசாமல் வீட்டிலேயே உட்கார்ந்திருக்கவேண்டும். சற்று நேரம் கழித்துச் சரியாகிவிட்டது போல் இருந்தது. மறுபடி மெஷினை இயக்க ஆரம்பித்தான். முப்பது செகண்டில் மறுபடி அந்த விர்ர் கேட்க நிறுத்திவிட்டான். தலைவலி இப்போது ஸ்பஷ்டமாகத் தெரிந்தது. எழுந்து சூப்பவர்வைசரிடம் அனுமதி கேட்டுக் கொண்டு தொழிற்சாலை டிஸ்பென்சரிக்கு நடந்தான்.

டிஸ்பென்சரி சுத்தமாக இருந்தது. ஸ்டீல் நாற்காலிகள் காலி யாகக் காத்திருக்க, மருந்து வாசனை அடித்தது. கண்ணாடித் தடுப்புக்குப் பின் ரெஸ்ட்ரூம் இருந்தது. மெடிக்கல் ஆபீசருக்குத் தனி அறை இருந்தது. அந்த சின்ன ஜன்னல் சதுரத்துக்குப் பின்னால் உட்கார்ந்திருந்த மலையாள நர்ஸ்கூட கர்ப்பமாக இருந்தாள். குருபிரசாத்தைப் பார்த்து பெயர் கேட்டாள்.

'குருபிரசாத்.'

'ஸ்டாஃப் நம்பர்?'

'17163.'

'செக்ஷன்?'

'அசெம்பிளி.'

'என்ன உனக்கு?'

'தலை நோவு.'

சொல்லி முடிப்பதற்குள் இளம் சிவப்பில் ஒரு மாத்திரையும் பிளாஸ்டிக் அவுன்ஸ் கிளாசில் தண்ணீரும் தந்தாள். அங்கிருந்த ராட்சச பாட்டில்களைப் பார்த்தான். MIS TRI CARBONATE

என்றெல்லாம் எழுதியிருந்ததைப் படிக்க முடிந்தது. சற்றுத் தெளிந்திருக்கிறது. சற்றுமுன் பஜ் என்று இருந்தது. மாத்திரையை விழுங்கிவிட்டு தாங்க்ஸ் சொல்லிவிட்டு செக்ஷனுக்குத் திரும்பி னான். வருகிற வழியில் யூனியன் ஆபீஸ் இருந்தது. உள்ளே பெஞ்ச போட்டு எட்டு பேர் உட்கார்ந்து பேசிக் கொண்டிருந்தார்கள். இவர்களுக்கெல்லாம் ட்யூட்டி கிடையாதா என்று யோசித்தான். உள்ளே கறுப்பாக மேஜையில் இங்க் கொட்டிக் காய்ந்திருந்தது. நிறைய கோந்து பாட்டில்கள் இருந்தன. ஒரு காத்ரேஜ் அலமாரி இருந்தது. உள்ளே வெளி தேசத் தலைவர்களின் படங்கள் இருந்தன. குருபிரசாத் நின்று ஜன்னல் வழியாக எட்டிப் பார்த்தான்.

'என்னய்யா?'

குரு யோசித்தான். கேட்டுப் பார்க்கலாம். இவர்களால் ஏதாவது செய்ய முடியுமா என்று...

'என்னோட எல்.டி.சி பணம் வரணும். கொடுக்கவே மாட்டேங் கறாங்க அக்கவுண்ட்ல. மூணு மாசமாச்சு. இன்னும் வந்து சேரலே. இழுக்கடிக்கிறாங்க!'

'உன் பேர் என்ன?'

'குருபிரசாத்.'

'ஸ்டாஃப் நம்பர்?'

'17163.'

'நம்ம யூனியன் மெம்பரா அல்லது அவுங்களா?'

குரு யோசித்தான். அவன் எதிலும் மெம்பர் இல்லை. 'நம்மது தான்' என்று முணுமுணுத்தான்.

'சந்தா கட்டினியா?'

'யாரும் கேக்கலை!'

உடனே அந்த யூனியன் ஆசாமி முகம் சிவந்து கோபித்தான். 'வந்து கேட்பாங்களா? நீங்களா வந்து சந்தா கட்டணும்கிற கடமை உணர்ச்சி வேண்டாம். உங்களுக்காக யூனியன் தியாகம் பண்ணலை! லீடர்ஸ் எல்லாம் ஜெயிலுக்குப் போகலை?'

குருவுக்குப் பதில் தெரியவில்லை.

'போனமாதம் அரியர்ஸ் வந்ததே? அது யார் வாங்கிக் கொடுத் தாங்க? சி.டி.எஸ் இன்ஸ்டால்மெண்ட் வந்ததே, யார் வாங்கிக் கொடுத்தாங்க? ப்ரொடக்ஷன் போனஸ் வந்ததே, அது? சந்தா கட்டுய்யா முதல்ல?'

'சில்லறையா இல்லை என்கிட்டே' என்றான் குரு.

'சூளே மகனே! எல்.டி.சிக்கு மட்டும் நாங்க நாய் மாதிரி அலைஞ்சு வாதாடி உனக்கு வாங்கிக் கொடுக்கணுமா! சாவுகிராக்கி! ஓடுய்யா! ஓடிப்போ! வந்து சேர்ந்தான் பாரு.'

'யோவ்!' என்றான் குரு மெலிதான கோபத்துடன், அதே சமயம் பயத்துடன். அதற்குள் வத்தலாக இருந்த ஒரு யூனியன் ஆசாமி, 'இவன் அவங்க ஆள், உஸ்தாத்!' என்றான். குருவின் கழுத்தின் பின்பக்கம் கை கொடுத்து செல்லமாக அவனைத் தள்ள, தடுமாறி சற்றுத் தூரம் சென்று திரும்பிப் பார்த்தான் குரு.

எட்டுப் பேரும் சிரித்துக் கொண்டிருந்தார்கள். அவனை உந்தித் தள்ளியவன் ஒரு உபதலைவன். பெயர் கிருஷ்ணய்யா. குருவுக்கு அவன் பெயர் தெரியும். எல்லாக் கலகங்களிலும் அவன் முன்னணியில் நிற்பான். குருவுக்கு அவமானத்தில் அழுகை வந்தது. கோபம் சூழ்ந்தது. நான் வந்ததே தப்பு, எல்லோரும் சாக்கடை ஆசாமிகள் என்று மனத்துக்குள் திட்டிக்கொண்டே நடந்தான். தன் இருக்கைக்கு வந்தான். ரிவெட்...ரிவெட்...ரிவெட்...

நாலரை மணிக்கு காப்பி வரும். நாலேகாலுக்கு எல்லோரும் தத்தம் எவர்சில்வர் டம்ளர்களுடன் காப்பி வண்டி வரத் தயாரானார்கள். குரு வெறுப்பில் இன்னும் ரிவெட் அடித்துக் கொண்டிருந்தான். அருகில் இருந்த ஸ்ரீனிவாசமூர்த்தி 'வாப்பா! கம்பெனிக்கு இவ்வளவு உழைக்காதே' என்றான். ஸ்ரீனிவாசமூர்த்தியின் டம்ளர் பளபள என்றிருந்தது. மெஷின் ஷாப்பில் அதற்குப் பூண் போட்டு 'ஸ்ரீனிவாசமூர்த்தி, ஸ்டாஃப் நம்பர் 16187' என்று அமர்க்களாக வைத்திருந்தான். ஸ்ரீனிவாசமூர்த்திக்கு உடம்பு சரியில்லை என்று சொல்லி, பொய் சர்டிபிகேட்டில் தினப்படி பால் சாப்பிடுவான். எட்டு பெஞ்சு தாண்டி ஏஞ்சல் மேரி என்பவளைக் கீப்பாக வைத்துக் கொண்டிருக்கிறான் என்று சொல்லக் கேள்வி. ஸ்ரீனிவாசமூர்த்தி யூனியன் ஆக்டிவ் ஓர்க்கர். எப்போதும் சில்க் சட்டைதான் அணிவான். இரண்டு மணி நேரம் அலுங்காமல் உழைப்பான். இன்சென்டிவ் என்னவோ அவனுக்கு முழுசாகக் கிடைக்கும். அவனுக்கு செய்து கொடுக்க அத்தனை ஆட்கள் இருக்கிறார்கள்.

அந்த தொழிற்சாலையின் ஒர்க்கிங் கிளாஸ் வம்சாவளியில் ஸ்ரீனிவாசமூர்த்தி ஒரு முக்கியமான உபதலைவன். கிருஷ்ணய்யா வுக்கு வலது கை. கிருஷ்ணய்யாவும் ஸ்ரீனிவாசமூர்த்தியும் ஒன்றாகச் சேர்ந்தே செல்வார்கள். ஒரு தடவை உமர் கய்யாம் என்ற ரெஸ்டாரண்டில் ஃப்ளோர் ஷோ நடக்கையில் நடனம் ஆடிய பெண்ணின் ரவிக்கைக்குள் கைவிட்ட போதுகூட இரண்டு பேரும் சேர்ந்தார்போல் உதை வாங்கி உதடு வீங்கி வீடு வந்து சேர்ந் தார்கள். கிருஷ்ணய்யாவின் மேல் நான்கு என்க்வைரி இருக்கிறது. என்க்வைரி நடத்தும் ஆபீசர்களை பயமுறுத்தி வைத்திருக்கிறான். ஏதாவது இசைகேடாகத் தீர்ப்பு அளித்து ராத்திரி கத்திக்குத்து ஏற்பட்டால், தான் பொறுப்பல்ல என்று எச்சரித்திருக்கிறான். கிருஷ்ணய்யா வத்தலான ஆசாமி என்றாலும் வெறும் குண்டர்கள் நிறையப் பேரை அடியாட்களாக வைத்திருக்கிறான். அவனுக்கு யூனியன் சித்தாந்தங்கள், மார்க்சியம், டிரேட் யூனியன் இயக்கம் என்று எதுவும் தெரியாது. அடி, உதை, திட்டு. இவ்வளவுதான் அவன் ஆயுதங்கள். அப்புறம் பேச்சு.

மாலை 6 மணி. ஸ்ரீனிவாசமூர்த்தி, குருபிரசாத்தைப் பார்த்து, 'ஏன் ஒரு மாதிரி இருக்கிறாய்?' என்றான். தலைவலி என்றான் குரு. 'தலைவலி என்றால் அரை ஷிஃப்ட் லீவு எடுத்துக்கொண்டு வீட்டுக்குப் போயேன். ஏழு மணிக்கு ஓ.டி. பஸ்கள் வரும்' என்றான். 'பரவாயில்லை, சமாளித்துவிடுவேன்' என்றான் குரு.

மாலை 6.45 மணிக்கு ஃபேக்டரி வேறுவித சப்த நிசப்தங்களுடன் வேறுவித விளக்கொளியில் வித்தியாசமாக இருந்தது. குரு பிரசாத் அப்படியே உட்கார்ந்துகொண்டான். அவனது ரத்த அழுத்தம் மிக அதிகமாகி இருந்தது. மூளைக்குள் சிற்சில இடங்களில் ரத்த நாளங்கள் வெடித்து மெலிதாக மண்டைக்குள் ரத்தம் கசிய, அவனுக்கு கண்கள் இருண்டன. அவன் வெறித்துப் பார்ப்பதை ஸ்ரீனிவாசமூர்த்தி பார்த்தான்.

இப்போது குருவின் மூளைப்பிரதேசத்தில் பற்பல இடங்களில் ரத்தக் குழாய்கள் வெடித்தன. ஹெமரெஜ், சின்னச் சின்ன ரத்த ஓடைகள், மூளையில் மிதந்துகொண்டிருக்கும் திரவத்துடன் கலந்தன. திசுக்கள் நாசமாயின. கொப்பளித்த ரத்தம் அவன் உணர்வைத் தாக்க, மெதுவாக நினைவிழந்தான். அப்படியே அந்த மெஷின் அருகில் சாய்ந்தான்.

ஸ்ரீனிவாசமூர்த்தி உடனே ஓடிப்போய் அவனைப் பிடித்துக் கொண்டு, 'குரு! குரு! இங்க பாரு' என்றான்.

குருவின் நினைவு முழுவதும் தப்புவதற்குமுன் குரு குரு என்று கூப்பிட்டது கொஞ்சம் கேட்டது. பதில் சொல்லவேண்டும் போலிருந்தது. 'சரஸ்வதி! பிரசன்னா!' என்று சொல்ல நினைத்து இயலாமல் குரு கீழே விழுந்தான்.

ஸ்ரீனிவாசமூர்த்தி, டாமினிக் இருவரும் அவனைப் பிடித்தார்கள். ஒருவன் கால், ஒருவன் தலை, ஒருவன் கஷ்கம் என்று அசிங்கமாகத் தூக்கினார்கள். அவனவன் யோசனைகள் சொல்ல ஆரம்பித்து விட்டான்.

ஒருவன் முகத்தில் தண்ணீர் அடி என்றான். ஒருவன் உட்கார வை என்றான்.

செக்ஷனிலிருந்து தொழிற்சாலையின் டிஸ்பென்சரி கூப்பிடும் தூரம் இருந்தது. டிஸ்பென்சரிக்கு ஒருத்தன் டெலிபோன் மூலமாகப் பேசி இவ்வாறு விவரம் சொன்னார்கள்.

'யாரு கங்கப்பாவா?'

'ஆமாம்.'

'நமஸ்காரம். ஆரோக்கியமா இருக்கீங்களா?'

'நமஸ்காரம். என்ன வேண்டும்?'

'இங்கே ஒரு ஆள் மயக்கம் போட்டு விழுந்து விட்டான்.'

'இங்கேன்னா எங்கே?'

'மெஷின் ஷாப்புக்குப் பக்கத்தில், 3.2 கட்டடத்தில்.'

'மயக்கமா?'

'ஆமாம்.'

'அப்ப ஒண்ணு செய்யுங்க. 8866-க்கு நீங்களே நேராக போன் செய்யுங்க. ஆம்புலன்ஸ் அனுப்புவாங்க.'

'8866 என்ன?'

'ஆஸ்பத்திரி. மெயின் ஆஸ்பத்திரி.'

'அங்கே ஆம்புலன்ஸ் இருக்குமா?'

'ஆமாம்.'

'டாக்டர் இருப்பாரா?'

'டாக்டர் இருக்க மாட்டார். ஆனா, கூப்பிட்டா காலனியில் இருந்து வருவார்.'

'நம்பர் மறுபடியும் சொல்லுங்க. 88...'

'66.'

'66 தாங்க்ஸ். வரட்டுமா.'

டெலிபோனை வைத்தான். டெலிபோனுக்கு எதிரே கொட்டை எழுத்தில், 'அவசர வைத்திய உதவிக்கு 8866' என்று சற்று தெளிவாகவே எழுதியிருந்தது.'

8866 போன் செய்ததில்,

'யாரு பேஷண்ட்?'

'குருபிரசாத்!'

'ஸ்டாஃப் நம்பர்?'

'நம்பர் தெரியாது. வரும்போது சொல்கிறேன். உடனே ஆம் புலன்ஸ் வேண்டும்.'

'எங்கே?'

'மெஷின் ஷாப். 3.2 பில்டிங்.'

'சரி.'

ஆம்புலன்ஸ் டிரைவர் ட்யூட்டி மாறுகிற நேரமாதலால் தன் ரிலீஃப் வந்தவுடன் கிளம்பினால்தான் நல்லது, இல்லை என்றால் ஷிஃப்ட் பஸ்ஸைத் தவற விட்டுவிடுவோம் என்று நினைத்தான்.

ரிலீஃப் வருவதற்குப் பதினைந்து நிமிஷங்கள் ஆயின. இந்த சமயத்தில் குருபிரசாத்தின் மூளைக்குள் இன்னும் பல செல்கள் சேதமுற்றுக் கொண்டிருந்தன. முதலில் அவன் கை கால் அசைவு களைக் கட்டுப்படுத்தும் பகுதியில் பலத்த சேதம் ஏற்பட்டது.

ஆம்புலன்ஸ் வந்து குருபிரசாத்தைக் கிடத்தினார்கள். அவன் நண்பர்கள் ஸ்ரீனிவாசமூர்த்தி, டாமினிக் இருவரும் ஏறிக் கொண்டார்கள். ஆம்புலன்ஸ் மணி அடித்துக்கொண்டு மிக அருகில் இருந்த தொழிற்சாலை ஆஸ்பத்திரிக்குச் சென்று ஜூம் என்று நிற்க, ஸ்ட்ரெச்சர் கொண்டுவர ஆள் போயிருந்தான். ஆள் வந்து மெதுவாக குரு ஸ்ட்ரெச்சரில் கிடத்தப்பட்டு சக்கர வண்டிக்கு மாற்றப்பட்டு ஒரு நர்ஸ் பல்ஸ் பிடித்துப் பார்க்க, அது அவசரப்பட்டுக்கொண்டிருந்தது. கண் ரப்பைகளைப் பிரித்துப் பார்த்தாள். விழிகள் எங்கோ செருகியிருந்தன. டெலிபோன் எடுத்து டாக்டர் ராஜலட்சுமிக்கு போன் செய்தாள்.

சாதாரணமாக இந்த ஆஸ்பத்திரியில் 6 மணிக்குமேல் டாக்டர்கள் இருப்பதில்லை. வீட்டுக்குப் போய்விடுவார்கள். ட்யூட்டி டாக்டர் வீட்டுக்குப் போகலாம். வேறு எங்கும் செல்லக் கூடாது. இந்த மாதிரி எமர்ஜென்ஸி என்று ஏதாவது வந்தால் உடனே வரத் தயாராக இருக்கவேண்டும். இன்று டாக்டர் ராஜலட்சுமி முறை.

ராஜலட்சுமிக்கு 50 வயது இருக்கும். இரண்டு பெண்கள். இருபது வருஷம் சர்வீஸ். கணவரால் கைவிடப்பட்டவள். அந்தக் காலத்தில் காதல் எல்லாம் செய்து, ஜாதி விட்டு ஜாதி கல்யாணம் செய்து, உற்றார் உறவினர் எல்லோரையும் விட்டு ஓடிவந்து, உடனே உடனே பிள்ளை பெற்று, மயிரெல்லாம் கொட்டிப்

போய், உடம்பு ஊதிப்போய் ஏறக்குறைய ஒரு பீப்பாய் அளவுக்குப் பெருத்தபோது கணவன் வேலைக்காரியை வைத்துக் கொண்டிருந்தான் என்பது தெரியவந்தது. அதுவும் எப்படி, அவர்கள் திருமண வருஷாந்திர தினத்தின்போது குழந்தைளுடன் கடைக்குக் கிளம்ப, பர்ஸை விட்டுவிட்டுப் போனதில் வீட்டுக்குச் சட்டென்று திரும்ப, அவர்கள் பெட்ரூமில், அவர்கள் படுக்கையில் வேலைக்காரி மல்லாக்கப் படுத்திருக்க, அவசர அவசரமாக ஒரு டபிள்யுபி இன்ஜின்போல இயங்கிக் கொண்டிருந்தான். அதைப் பார்த்த அருவருப்பு ராஜலட்சுமியின் மிச்ச வாழ்க்கையை ஸ்திரமாகக் காயப்படுத்தி விட்டது. அந்தக் காயம் ஆறவேயில்லை. நினைத்துக் கொண்டால் ரத்தம் வடியும்.

அவள் கணவனுடன் அதற்கப்புறம் ஒரு வார்த்தை, ஒரு அட்சரம்கூடப் பேசவில்லை. திடீரென்று ஒரு நாள் கணவன் கைக் காசெல்லாம் செலவழித்துக் குடிக்க ஆரம்பித்தான். கவலைப்படவில்லை. இஷ்டப்பட்ட சமயம் வீட்டுக்கு வந்தான், கேட்கவில்லை. சிரோஸில் வந்து அவஸ்தைப்பட்டான். அனுதாபப்படவில்லை. திடீரென்று காணாமல் போனான். போலீஸில் சொல்லவில்லை. டாக்டர் ராஜி என்றுதான் எல்லோரும் கூப்பிடுவார்கள் அவளை. அதே பொட்டு, அதே நரை மயிர்ப் பின்னல், அதே முகம், அதே சிவப்பு, அதே கலர்ப் புடைவைகள். எட்டு வருஷம் ஆயிற்று கணவன் விட்டுப்போய். பெண்கள் இருவரும் உயரமாக வளர்ந்து படிக்கிறார்கள். வீட்டில் ஒரு டெலிபோன், ஈவ்ஸ் வீக்லி.

டெலிபோன் வந்தபோது டாக்டர் ராஜி சமைத்துக் கொண்டிருந்தாள். பெண்கள் இருவரும் காலேஜ் சினேகிதப் பெண்களுடன் பேச பக்கத்துத் தெருவுக்குச் சென்று இருந்தார்கள்.

ப்ரெஷர் குக்கரை நிறுத்திவிட்டு டெலிபோன் எடுத்து ஹலோ என்றாள்.

'டாக்டர், நான் ட்யூட்டி நர்ஸ் பேசறது. இங்க ஒரு பேஷண்டாக்கும். மயக்கம், பல்ஸ் இருக்கு. டெம்பரேச்சர் இல்லை.'

'வாந்தி?'

'ஒரு நிமிஷம்... வாந்தி இருந்ததா?... இல்லையாம்.'

'ஏதாவது சாப்பிட்டானா?'

'ஏதாவது சாப்பிட்டதா?... இல்லையாம், காப்பி மட்டும்தானாம். வண்டி அனுப்பட்டுமா?'

'யார் டிரைவர்?'

'காதர் பாஷா.'

'சரி, அனுப்பு.'

டாக்டர் ராஜலட்சமி சோற்றை இறக்கி வைத்துவிட்டு அதன் பிரஷரை மெதுவாக மெதுவாகக் குறைத்து ஆவி பறக்க மூடி திறந்து உள்ளே கொதிக்கும் காய்கறிகளையும் மாமிசத் துண்டை யும் எடுத்து வாணலியில் இட்டு அரைத்த சாமான்களுடன் வதக்கி... ஆம்புலன்ஸ் வாசலில் வந்து மணியடித்து ஹாரன் அடித்தது. ஜன்னல் வழியாக 'ஒரு நிமிஷம்...' வாசனை சாமான்களைச் சேர்த்து, கறி செய்து, தயிர், அப்பளம் எல்லாம் எடுத்து மூடி வைத்துவிட்டு முகப்பு அறைக்குச் சென்று தன் புடைவையை மாற்றிக்கொண்டு புறப்பட்டாள்.

ஸ்ரீனிவாசமூர்த்தி அந்த மலையாளத்து நர்ஸைப் பார்த்தான்.

ஸ்ட்ரெச்சரில் படுத்திருந்த குருவுக்கு மிக வேகமாக மூளைப் பகுதிகள் உள்ளே ரத்தக் கசிவினால் சேதமாகிக்கொண்டிருந்தன.

'நீ யூனியன் மெம்பரா?' என்றான் ஸ்ரீனிவாசமூர்த்தி.

அந்தப் பெண், அலட்சியமாக 'இல்லை' என்றாள். ஆரோக்கிய மாக இருந்தாள். பெரிசு பெரிசாக பட்டன் அணிந்து வெள்ளை வெளேர் என்று யூனிஃபார்ம்க்குள் மெலிதாக அவள் பாடி தெரிந்தது. ஸ்ரீனிவாசமூர்த்தி அவள் இடுப்பைப் பார்த்தான். மறுபடி அவளைப் பார்த்தான்.

'டாக்டர் யாரு?'

'ராஜம்மா டாக்டரு.'

'மிஸஸ் ராஜியா!'

'ஆமா!'

'சரிதான்.' ஸ்ரீனிவாசமூர்த்தி கடிகாரத்தைப் பார்த்தான்.

ஸ்ரீனிவாசமூர்த்தி ஒரு தடவை டாக்டர் ராஜியுடன் சண்டை போட்டிருக்கிறான். ஒரு லீவு லெட்டரில் கையெழுத்து போட்டு சர்ட்டிபிகேட் தர மறுத்துவிட்டாள். டானிக் கேட்டபோது தர மறுத்திருக்கிறாள். ஒரு தடவை பிரைவேட் டாக்டர் கொடுத்த சர்ட்டிபிகேட்டை ஏற்றுக்கொள்ள மறுத்து மறுபரிசீலனை செய்து உடம்புக்கு ஒன்றுமில்லை என்று எழுதிவிட, எட்டு நாள் சம்பளம் கட்டாகிவிட்டது.

ஸ்ரீனிவாசமூர்த்தி கைகடிகாரத்தை மறுபடி பார்த்து, 'தேவடியா, ஆம்புலன்ஸ் அனுப்பி வைத்து அரை மணியாவுது, இன்னும் வரலை பாரு!' என்று டாமினிக்கிடம் இரைச்சலாகவே சொன்னான்.

'யாரு பிரதர்?'

'அதான் டாக்டர் ராஜி! இவளுக்கெல்லாம் சம்பளம் கொடுத்து வெச்சிருக்கான். ஒழிச்சுக்கட்டணும். படுபாவி!'

நர்ஸ் இதைக் கேட்காதவள்போல பெரிய நோட்டுப் புத்தகத்தில் எழுதிக்கொண்டிருந்தாள்.

டாக்டர் ராஜலட்சுமி ஆம்புலன்ஸை அடுத்த தெரு வழியாகப் போகச் சொன்னாள். அவள் பெண்கள் இருவரும் பாப் இசைத் தட்டுக்கள் கேட்டுக்கொண்டிருந்த வீட்டில் நிறுத்தி இறங்கிக் கொண்டு உள்ளே சென்று திடும் திடும் சப்தத்தின் இடையில் கதவைத் தட்டி அவர்கள் திறந்து அந்தப் பெண்களிடம் வீட்டுச் சாவி கொடுத்துவிட்டு வர ஐந்து நிமிஷமாயிற்று.

ஸ்ரீனிவாசமூர்த்தி ஆஸ்பத்திரி டெலிபோனை எடுத்து தொழிற் சாலைக்கு டெலிபோன் செய்தான்.

'ஹலோ சேஷா? யூனியன் ஆபீஸில் கிருஷ்ணய்யா இருக்காரு. அவரக் கொஞ்சம் கூப்பிடு!'

ஸ்ரீனிவாசமூர்த்தி டெலிபோனில் காத்திருக்கும்போது டாக்டர் ராஜலட்சுமி வந்து சேர்ந்தாள். உடனே குரு படுத்திருந்த அறைக்குச் சென்றாள். பல்ஸைப் பார்த்தாள். ஸ்டெத் வைத்துக் கேட்டாள். இதயம் சற்று அதிகமாக அடித்துக்கொண்டிருப்பது தெரிய வந்தது. முகம் முழுவதும் குப்பென்று சிவப்பு. கண்களில் டார்ச்சு அடித்துப் பார்த்தாள்.

எதிரே ஸ்ரீனிவாசமூர்த்தி டெலிபோன் அருகில் நின்றிருந்தான். டாமினிக் அருகே நின்றான்.

'கூட வந்தது யாருப்பா?' என்றாள்.

டாமினிக் 'நான்தான்' என்றான்.

'எப்பலேர்ந்து இந்த மயக்கம்!'

'ஈவினிங் காப்பி சாப்பிடறவரைக்கும் சரியா சிரிச்சுப் பேசிக் கிட்டுத்தான் இருந்தான். சாப்பிட்ட அப்புறம் ஒரு மாதிரி ஆயிட் டான். ஒரு அரை மணியாகத்தான் மயக்கம்!'

ராஜலட்சுமி சக்கரம் வைத்த திரையை அமைத்து குருபிரசாத் துடன் சற்று நேரம் தனியாக இருந்தாள். அவள் அனுபவத்தில் கண்ட மூன்று மயக்க கேஸ்கள், Food Poisoning கேஸ்கள். இப்போதுகூட, காப்பி சாப்பிட்டபின்தான் ஏற்பட்டிருக்கிறது என்கிறார்கள். அவளே கான்டீன் காப்பியில் என்னென்னவோ எண்ணெய் திரவங்கள் வழிவதைப் பார்த்திருக்கிறாள். எதற்கும் டாக்டர் ராமனிடமும் கேட்டுவிடலாம். ஒருத்தருக்கு இரண்டு பேர் பார்த்தால் நல்லது அல்லவா?

டெலிபோனில் ஸ்ரீனிவாசமூர்த்தி கிருஷ்ணய்யாவுக்காகக் காத் திருந்தான்.

'யாருப்பா நீ?'

'ஸ்டாஃப்' என்றான் முறைப்பாக.

'ஆஸ்பத்திரியா?'

'இல்லை, ஃபேக்டரி.'

'அப்ப ஏன் டெலிபோனை அடைத்துக்கொண்டு நிற்கிறாய். ஆபத்கால டெலிபோன், உன் வீட்டுக் கதையெல்லாம் பேச அல்ல! கொடு!' என்று அவனிடமிருந்து டெலிபோனை அவசர மாகப் பிடுங்கி டாக்டர் ராமனுக்கு டெலிபோன் செய்தாள்.

டாக்டர் ராமன் வேளை கெட்ட வேளையில் மனைவியுடன் படுத்திருந்தார். டெலிபோன் மணியடிக்க, பாதியில் படுக்கை யிலிருந்து எழுந்தார். மனைவி முனகினாள்.

'ஹலோ!'

'டாக்டர் ராமன், டாக்டர் ராஜலட்சுமி ஹியர்.'

'யெஸ்!'

'ஒரு கேஸ், உங்களை கன்சல்ட் பண்ணணும். வரமுடியுமா?'

'நான் ட்யூட்டியில் இல்லையே.'

'இல்லை. நான்தான் ட்யூட்டி. இருந்தாலும் ஒரு செகண்ட் ஒப்பினியனுக்கு வர முடியுமா?'

'என்ன கேஸ் சொல்லுங்க!'

'ஃபுட் பாய்ஸனிங்குனு நினைக்கிறேன். பேஷண்ட் மயக்கத்தில் இருக்கான்.'

'பல்ஸ் இருக்கா!'

'இருக்கு!'

'வாங்களேன்' என்றாள் மனைவி.

'ஃபுட் பாய்ஸனிங்குனா பேசாம இ.எஸ்.ஐ. ஆஸ்பத்திரிக்கு அனுப்பிடுங்க டாக்டர். ஒர்க்கர்தானே.'

'ஆமாம், இது பாய்ஸனிங்குனு உடனே சொல்ல முடியலை.'

'ஸிம்ப்டம்ஸ் பார்த்தா பாய்ஸனிங் கேஸ்னுதான் சொல்லணும்! இ.எஸ்.ஐ.க்கு அனுப்பிடுங்க. நம்ம ஆஸ்பத்திரியில் வசதி போறாது! ஆம்புலன்ஸ் இருக்குதில்லை.'

'இருக்குது.'

'அனுப்பிடுங்க.' டாக்டர் ராமன் டெலிபோனை வைத்துவிட்டுத் தொடர்ந்தார்.

ராஜி டெலிபோனை வைக்கும்போது ஸ்ரீனிவாசமூர்த்தி தன்னை வெறுப்புடன் பார்த்துக்கொண்டிருப்பது தெரிந்தது. மறுபடி குருபிரசாத்திடம் சென்று ஸ்டெதஸ்கோப் வைத்துப் பார்த்தாள். இருதயம் அடித்துக்கொண்டது.

'நர்ஸ், இ.எஸ்.ஐ. ஃபாரம் ஒன்று எடுங்க.'

ஸ்ரீனிவாசமூர்த்தி அருகில் வந்தான். இ.எஸ்.ஐ என்ற வார்த்தை கேட்டிருக்க வேண்டும்.

'டாக்டரே! இவனை அடமிட் செய்யலையா?'

'இது இ.எஸ்.ஐ.க்குப் போகவேண்டிய கேஸ்!'

'அதுக்குள்ளே இவன் இறந்துபோய்ட்டா?'

'இதப் பாரு, நான் டாக்டர், எனக்குத் தெரியும். எப்ப இவனை அட்மிட் பண்ணணும், எப்ப இ.எஸ்.ஐ.க்கு அனுப்பணும்னு. இப்ப எனக்கு முன்னால் நின்னு தொந்தரவு செய்யாதே! பாச்சா, இங்க வாய்யா!'

ஸ்ரீனிவாசமூர்த்தி கோபம் கொண்டு, 'ஒர்க்கர்ன்னா இப்படித்தான் ட்ரீட் பண்றதா! தேவடியா, பேசற பேச்சப் பாரு' என்று வெளியே முணுமுணுத்தான்.

டாக்டர் ராஜலட்சுமிக்கு அதிகக் கோபம் வந்து, 'மிஸ்டர்! உனக்கு கூடப் பிறந்த அக்கா, தங்கச்சி, அம்மா யாரும் கிடையாதா?' என்றாள்.

'எல்லாரும் இருக்கா. கடவுள் புண்ணியத்தில் உங்கிட்ட வைத்தியம் செய்துக்க வராததினாலே!'

டாக்டர் ராஜிக்கு அழுகை வந்தது. கண்ணாடிக்குப் பின் கண்களைச் சிமிட்டி அடக்கிக்கொண்டாள். என் தலைவிதி, உதவாக்கரை கணவன், தெருவில் போகிறவர்களிடம் எல்லாம் சொல் படவேண்டியிருக்கு. வயிற்றுப் பிழைப்பு.

'ட்யூட்டி டாக்டருக்கு: அனுப்பிவைத்திருக்கும் ஃபுட் பாய்ஸனிங் பேஷண்டை உடனே கவனிக்கவும்' என்று அந்த ஃபாரத்தில் கையெழுத்து போட்டு ஆம்புலன்ஸ் டிரைவர் காதர் பாச்சாவைக் கூப்பிட்டு, 'இந்த ஆளை இ.எஸ்.ஐ.க்கு போய், ஒப்பியிலே விட்டுவிட்டு, இந்தச் சீட்டைக் கொடுத்துட்டு வந்துடு.'

'விட்டுட்டுத் திரும்பி வந்துர்றதா?'

'ஆமாம்.'

'வா குரு, நானும் வர்றேன்' என்று ஸ்ரீனிவாசமூர்த்தி ஆம்புலன்
ஸில் ஏறிக்கொண்டான். குருபிரசாத் வண்டியில் ஏற்றப்பட்டான்.
இப்போது அவன் மூளைக்குள் உற்சாகமாக ரத்தம் கசிந்து
கொண்டிருந்தது. மேன்மேலும் பற்பல சுவாதீனங்களை ஒவ்
வொன்றாக நினைவின்றியே இழந்து கொண்டிருந்தான்.

டாக்டர் ராஜி ஆம்புலன்ஸில் முன் சீட்டில் உட்கார்ந்து
கொண்டாள். போகிற வழியில் தன்னை வீட்டு வாசலில் டிராப்
செய்துவிட்டுப் போகச் செய்தாள்.

ஸ்ரீனிவாசமூர்த்தி சீறினான். 'என்ன திமிர் பார்றா இவளுக்கு. ஆள்
சாவறான். வீட்டுக்கு நடந்து போனா என்ன? தேஞ்சு போயிடு
வாளா? இந்தக் கிளவிய வழியில் கற்பழிச்சுடுவான்னு பயமா?'

ஆம்புலன்ஸ் மெதுவாக நகர்ந்தது. ஃபேக்டரியை விட்டு ஒரு
மைலில் ரயில்வே கேட். அவர்கள் வரும் சமயத்தில்தான்
பூட்டப்பட்டது.

'சே, அந்த டாக்டர் வீட்டுக்கு மட்டும் போகாம இருந்தா கேட்டில்
தப்பிச்சிருக்கலாம்' என்று அலுத்துக்கொண்டான்.

இதையெல்லாம் கேட்காமல் குருபிரசாத் கண் மூடி ஆழமான
மயக்கத்தில் படுத்திருந்தான்.

இ.எஸ்.ஐ. ஆஸ்பத்திரி காஷுவால்ட்டி பகுதியில் வண்டியை
நிறுத்தி சீட்டை எடுத்துக்கொண்டு டிரைவர் உள்ளே சென்று
காக்கிச் சட்டை ஆசாமியிடம் காட்டினான். உடன் ஸ்ரீனிவாச
மூர்த்தியும் வந்தான்.

அங்கே ட்யூட்டியில் இருந்த டாக்டரிடம் அந்தச் சீட்டு காண்
பிக்கப்பட்டது. அவன் ஒரு பெண் டாக்டரிடம் சுவாரஸ்யமாகப்
பேசிக்கொண்டிருந்தவன், இதைப் பார்த்து விட்டு, 'பாய்ஸனிங்
கேஸ். நாங்க எடுக்கமாட்டம்ப்பா, விக்டோரியா ஆஸ்பத்
திரிக்குப் போகணும்' என்றார்.

'சார்! பாய்ஸனிங் இல்லை. இது ஃபுட் பாய்ஸனிங்' என்றான்
ஸ்ரீனிவாசமூர்த்தி.

'அது சரி. ஆனா எல்லா பாய்ஸனிங்குக்கும் போலீஸ் கேஸ்
இருக்கும். இ.எஸ்.ஐ.ல தொடமாட்டம்!'

'அப்ப இந்த ஆளை அட்மிட் பண்ணமாட்டீங்களா?'

'பாஸிட்டிவ்லி நாட், எங்க ரூல் அப்படி.'

'நீங்கள்ளாம் மன்சங்களாய்யா?'

'ஏய்! நீ தப்பான ஆஸ்பத்திரிக்கு வந்துட்டு என்மேல பாயறியா! நேரா விக்டோரியா ஆஸ்பத்திரிக்குல்ல போயிருக்கணும்.'

'அவங்கதான் சார் அனுப்புச்சாங்க!'

'யார்?'

'ஃபேக்டரி டாக்டரு.'

'உங்க ஃபேக்டரி டாக்டருக்கு புத்தி வேண்டாம்! பாய்ஸனிங் கேஸை இ.எஸ்.ஐ.க்கு அனுப்பறதா! இப்பவும் ஒண்ணும் ஆய்டலை. நேரா விக்டோரியா ஆஸ்பத்திரிக்கு போனா உடனே கவனிப்பாங்க. போய்ட்டு வாங்க!' டாக்டர் எழுந்து உள்ளே போனார். அந்தக் கண்ணாடிக்கார லேடி டாக்டரும் சற்று நேரம் கழித்து உள்ளே சென்றாள்.

ஸ்ரீனிவாசமூர்த்தி வெளியே வந்தான்.

'எங்கே?' என்றான் டிரைவர்.

'விக்டோரியா ஆஸ்பத்திரிக்குத்தான். வேற எங்கே.'

'பர்மிஷன் இல்லை எனக்கு. டாக்டர் இ.எஸ்.ஐ. வரைக்கும்தான் கொண்டுபோகச் சொல்லியிருக்கிறார்.'

'இங்க எடுத்துக்க மாட்டேங்கறாங்கய்யா!'

'பின்னே திரும்பி ஃபேக்டரிக்குப் போயிடணும்! அதான் எனக்கு ரூல்ஸ்.'

'இந்தா யோவ், ஆளைப் பாத்தியா. எப்படி மயக்கத்தில் இருக்கான்!'

'நான் இந்த ஆள் இல்லை, இந்த மாதிரி நூறு ஆள் பாத்திருக்கேன். ஆம்புலன்ஸ் ஓட்டி ஓட்டி பேஜாராயிடுச்சு. எனக்கு டூட்டி கிளியரா கொடுத்திருக்காங்க. இ.எஸ்.ஐ.ன்னா இ.எஸ்.ஐதான்.'

'யோவ்! இப்ப ஆஸ்பிடல் அழைச்சுப் போகப் போறியா, இல்லையா! உன்னை வேலை போக வெக்கணுமா!'

'நீயா! உங்க தாத்தா வந்தாலும் முடியாது. லவ்டா!'

'என்னடா சொன்னே நீ?'

'லவ்டான்னு. நீ லவ்டா இல்லாம வேற யாரு? பெரிய லவ்டா!'

'நீதாண்டா லவ்டா!' என்று அவன் காலரைப் பிடித்தான். ஆக்ரோஷமுள்ள முஸ்லீம் காதர் பாச்சா, சண்டை வந்தால் விட மாட்டான். ஸ்ரீனிவாசமூர்த்தியைத் தர தரவென்று ஆஸ்பத்திரி வாசலில் ரோடுக்கு இழுத்து வந்து பளீர் பளீர் என்று அடித்து விட்டான். ஸ்ரீனிவாசமூர்த்தி திருப்பி வீசின வீச்செல்லாம் காற்றில்தான் பட்டது. சில பேர் இருட்டில் விலக்கிவிட்டார்கள். சில பேர் பார்த்துக் கொண்டிருந்தார்கள்.

குருபிரசாத்துக்கு அப்போது வெறும் இதயத் துடிப்பும் மூச்சும் மட்டும்தான் பாக்கியிருந்தன.

3

ஸ்ரீனிவாசமூர்த்தி, 'இருடா, உனக்கு மானமிருந்தா இரு, வர்றேன். வந்துடறேன்' என்று ராஜாஜி நகரில் இருந்த நண்பனைத் தேடி ஓடினான்.

டிரைவர் ஆம்புலன்ஸைக் கிளப்பி மறுபடி ஃபேக் டரிக்கே திருப்பினான். 'ட்யூட்டின்னா ட்யூட்டிதான். விக்டோரியா போவதற்கு எழுதிக்கொடு. போறேன். சரியா இன்ஸ்ட்ரக்ஷன் கொடு போறேன்!' என்று பேசிக்கொண்டே வந்ததை ஆம்புலன்ஸில் பின்பகுதி யில் ஆடிக்கொண்டே வந்த குருபிரசாத் கேட்டிருக்க வில்லை.

ஆஸ்பத்திரிக்குத் திரும்பியதும் நர்ஸ், 'என்ன விட்டாச்சா?' என்றாள் தூக்கக் கலக்கத்துடன்.

'இல்லை. இ.எஸ்.ஐ.ல எடுத்துக்க மாட்டாங் களாம். விக்டோரியா போகச் சொன்னாங்க.'

'விக்டோரியா போறது?'

'எனக்கு அப்படி ஒருத்தரும் சொல்லலியே.'

'என்னய்யா, உனக்கா தெரியாதா? இதெல்லாம் ஒருத்தர் சொல்லுவாங்களா?'

'இதப் பார் நர்ஸம்மா. உன் டூட்டியை நீ பார்த்துக் கிட்டு போ. ஏற்கெனவே ஒரு தடவை சண்டை

ஆயிடுச்சி. பேமானிப்பய ஒருத்தன் வண்டியே தனக்குச் சொந்தம் போல ஆர்டர் போட்டான். நாளைக்கே சி.எம்.ஓ, 'ஏன் உத்தர வில்லாம வண்டியை விக்டோரியா வரைக்கும் எடுத்துட்டுப் போனே'ன்னு சார்ஜ்ஷீட் எழுதிக் கொடுத்தா நீங்களா பதில் சொல்லப் போறீங்க? இப்படித்தான் ஒரு தடவை கோகுலாவைத் தாண்டி ஒரு பர்லாங் ஆம்புலன்ஸை எடுத்துப் போயிட்டேன். அதுக்கே சார்ஜ்ஷீட் கொடுத்தாங்களே!'

'இது வேற விஷயம் காதர்! இதற்கு ஒருத்தரும் உன்னை... சரி... சரி... உன்னோட எதுக்கு வாதம்?' டெலிபோன் எடுத்து டாக்டர் ராஜலட்சுமியைக் கூப்பிட்டாள்.

'என்னது! இன்னும் அட்மிட் ஆகலியா?'

'இல்லே டாக்டர்! விக்டோரியாவுக்குப் போகச் சொன்னாங் களாம். அதுக்கு டூட்டி இல்லேன்னு டிரைவர் திருப்பிக் கொண் டாந்திட்டான்!'

'ஹௌ ஸ்டுப்பிட்! உடனே அவனை விக்டோரியாவுக்கு அழைச்சிக்கிட்டு போகச் சொல்லு.'

'ஒரு நிமிஷம்.'

நர்ஸ் டெலிபோனைப் பொத்தி, 'உடனே உன்னை விக்டோரியா வுக்குப் போகச் சொல்றார் டாக்டர்.'

'இருங்க நானே பேசறேன்' என்றான் காதர் பாச்சா.

'ஹலோ! காதர் ஹியர், சொல்லுங்கம்மா!'

'காதர், நீங்க உடனே விக்டோரியா ஆஸ்பத்திரிக்கு எடுத்துக்கிட்டுப் போங்க! டூட்டி ஆர்டர்லியையும் அழைச்சுக்கிட்டுப் போங்க.'

'சரிங்கம்மா. டாக்டர் பர்மிஷன் இல்லாம நான் வண்டியை எடுக்கக் கூடாதுதானே!'

'சரி... சரி... முதல்லே கிளம்பு சீக்கிரம்!'

'பாய்ஸன் கேஸ்னு இ.எஸ்.ஐ.லே எடுக்க மாட்டேனுட்டாங்க!'

'அதெல்லாம் தீர்ந்த பேச்சு! உடனே கிளம்புங்க.'

'அப்ப சரி. டாக்டர் சொல்லிட்டார், கிளம்பலாம். ட்யூட்டி ஆர்டர்லியையும் அனுப்பச் சொன்னார்.'

'சாப்பாட்டுக்குப் போயிருக்காரு. இப்ப வந்துருவாரு. ஐந்து நிமிஷம் இருங்க.'

'அஞ்சு நிமிஷம் ஏங்க... எவ்வளவு நிமிஷம் வேண்டுமானாலும் இருப்பேன்.'

ஸ்ரீனிவாசமூர்த்தி அடிவாங்கின ஆத்திரத்தில் நண்பர்களைத் தேடிப்போன ஆட்கள் யாவரும் சினிமா போயிருக்க, ஹோஸ ஹள்ளிக்குப் போய் கிருஷ்ணய்யாவைப் பார்த்தான்.

'ஃபுட் பாய்ஸனிங்கா! யார்யா சொன்னது' என்றார் டாக்டர் சதாசிவராவ்.

விக்டோரியா ஆஸ்பத்திரியில் காஷுவாலிட்டி மார்க்கமாக வார்டு நம்பர் ஐந்துக்கு வந்து அங்கிருந்து இன்டென்ஸிவ் கேர் யூனிட்டுக்கு மாற்றப்பட்டிருந்தான் குருபிரசாத். உடனே ஆக்சி ஜன் குழாய் மூக்கில் பொருத்தப்பட்டு ட்யூட்டி ஹவுஸ் சர்ஜன் வந்து பார்த்து தனக்கு மேற்பட்ட டாக்டர் சதாசிவராவை அழைத்துக் காட்டினார்.

'உம் பேர் என்ன?' என்றார் சதாசிவராவ்.

'சோமசேகர்.'

'எல் பி பண்ணியிருக்கியா? லம்பார் பங்க்சர்.'

'செஞ்சிருக்கேன் டாக்டர்.'

'ஒரு எல் பி எடுத்துப் பாரு. கன்ஃபர்ம் ஆய்டும். செரிப்ரல் ஹெமரேஜ். பிளட் ப்ளஷர் பாரு, எவ்வளவு ஹையா இருக்குது. கண்ணைப் பாருங்க. ஏய்யா இந்த ஆள் எத்தனை நேரமா இப்படி மயக்கத்திலே இருக்காரு?'

'சுமார் நாலஞ்சு மணி நேரமா டாக்டர்.'

'அதுவரைக்கும் என்ன செஞ்சீங்க. ஏன் முதல்லே கொண்டு வரலே!'

'முதல்லே இ.எஸ்.ஐ. போனம். அவங்க எடுத்துக்க மாட்டன் னிட்டாங்க!'

டாக்டர் சோமசேகர் இதற்குள் குருபிரசாதை பக்கவாட்டில் திருப்பிப்போட்டு முதுகில் டிங்சர் தடவி சுமார் பத்து சென்டி

மீட்டர் நீள ஊசியால் மூன்றாவது நான்காவது முதுகெலும்பின் இடையில் குத்தி இன்ஜெக்ஷன் குழலைப் பிடுங்கி இடையில் ஊசியை மட்டும் விட்டு வைத்தான்.

சொட்டுச் சொட்டென்று மெலிதான வெள்ளை நிறத்தில் திரவம் வழிந்தது. சிறிது நேரத்தில் அதில் ரத்தத் திட்டுகள்.

'டாக்டர், பாருங்கள்!'

சதாசிவராவ் பார்த்து புன்னகை செய்தார். 'நான் சொன்னது சரி. செரிப்ரல் ஹெமரேஜ்! ஹி ஈஸ் இன் எ வெரி டீப் கோமா!' கண்களில் இரப்பையைப் பிரித்துப் பார்த்தார்.

'இது யாரப்பா, ஃபேக்டரி டாக்டர், கையெழுத்து போட்டிருக்கிறது?'

'டாக்டர் ராஜின்னு லேடி டாக்டருங்க!'

'பிரசவம் பார்க்கிற டாக்டரா?'

'இல்லீங்க! எல்லாம்தான் பார்க்கிறவங்க!'

சதாசிவராவ், சோமசேகரிடம் ஆங்கிலத்தில் பேசினார். 'ஃபேக்டரி டாக்டர்களுக்கு எல்லாம் அனுபவம் போதாது, ஃபுட் பாய்ஸன் என்று எழுதியிருக்கிறாள்.'

'செரிப்ரல் என்று எப்படித் தெரிஞ்சுது?'

'ஹிஸ்டரி யங்மேன்! ஹிஸ்ட்ரி! அது இல்லை என்றால் ரத்த அழுத்தக் கருவி எதற்கு வைத்திருக்கிறார்கள். அலங்காரத்துக்கா! ரத்த அழுத்தம் எகிறிக் குதித்து வெஸ்ஸல்ஸ் எல்லாம் உடைந்து, முழுக்க ரத்தம் பரவியிருக்கிறது!'

'மூளை செல்கள் அத்தனையும் டாமெஜ் ஆயிருக்கும்!'

டாக்டர் சதாசிவராவ் தலையை ஆட்டினார். ஃபுட் பாய்ஸனிங்! ப்ளடி ஷிட்! ரத்த அழுத்தத்தைப் பார்த்திருந்தால் ஒரு நிமிஷத்தில் தெரிந்திருக்கும்!

'இப்போது அவருக்கு என்ன சிகிச்சை டாக்டர்?'

'இவனுக்கா! இவன் இறந்து போனவன்! வெறும் மூச்சு விடும் மெஷின்!'

'இவனைக் காப்பாற்றியிருக்கலாமா!'

அஞ்சு மணி நேரம் முன்னாடி கொண்டுவந்திருந்தால் காப்பாற்றி யிருக்கலாம். எப்போது தலை சுற்றுகிறது, மயக்கம் வருகிறது என்று சொன்னானோ அப்போதே கொண்டுவந்து ஓவர் டோஸாக ஆண்ட்டி ஹைபர்டென்ஸிவ் டிரக்ஸ் கொடுத்திருந் தால் பிழைத்திருக்கலாம். எதற்கும் டிரிப் கொடுத்து வையுங்கள். இழுத்து அடிக்கும் கேஸ். ஏய்யா... இவுங்க உறவுக்காரங்க யாரும் வர்லியா... தகவல் போயிருக்கா!'

'தெரியலீங்க.'

'ஒங்க பாக்டரிலே வெல்ஃபேர் ஆபீசர் ஒருத்தரும் கிடையாதா?'

அதற்குள் ஸ்ரீனிவாசமூர்த்தியும் கிருஷ்ணய்யாவும் தடதடவென்று உள்ளே நுழைந்தார்கள். டாக்டரைப் பார்த்து கிருஷ்ணய்யா ஒரு அரை சலாம் அடித்தான். அவன் கண்கள் கலங்கியிருந்தன. குடித் துக்கொண்டிருந்தவன் பாதியில் வந்திருக்கிறான். ஸ்ரீனிவாச மூர்த்தி டிரைவரைப் பார்த்து 'இவன்தான் கிருஷ்ணா' என்றான்.

'இரு இரு, இவனை அப்புறம் கவனிக்கலாம்.' கிருஷ்ணய்யா டாக்டரிடம், 'ஆள் பிழைத்துவிடுவானா டாக்டர்' என்றான்.

'ரொம்பக் கஷ்டம்! சொல்ல முடியாதப்பா. நீங்க ஃபேக்டரி வெல்ஃபேர் ஆபீசரா?'

'இல்லை. நான் யூனியன் ஆசாமி.'

'இந்த ஆளை அஞ்சு மணிநேரம் முன்னாடி கொண்டு வந்திருக் கணும். ஃபுட் பாய்ஸனிங்குன்ற டயக்னோஸிஸ் தப்பு. இவனுக்கு செரிப்ரல் ஹெமரேஜ். இதுக்கு முன்னாடி இவனுக்கு பி பி நிறைய இருந்திருக்கலாம். இந்த ஆள் கார்டைப் பார்த்திருந்தா தெரிந் திருக்கும். அப்புறம் இவன் ரத்த அழுத்தத்தை எந்த டாக்டரும் பார்த்ததாத் தெரியலை. பார்த்திருந்தா உடனே இவனுக்கு பி பி மாத்திரை கொடுத்து குணப்படுத்தியிருக்கலாம்! இப்ப இவன் ஏறக்குறைய கைவிட்ட கேஸு... ரெண்டு மூணு நாளைக்கு மூச்சு வுட்டுக்கிட்டு இருப்பான். அவ்வளவுதான்.'

கிருஷ்ணய்யா முகம் கடுமையாகியது. 'பார்த்தியா கிருஷ்ணா' என்றான் ஸ்ரீனிவாசமூர்த்தி.

கிருஷ்ணய்யா, அமைதியாக மூச்சு விட்டுக்கொண்டு மூக்கில் குழாய் வைத்து, இடதுபுறத்தில் க்ளுக்கோஸ் இறங்க கண்மூடிப் படுத்திருந்த குருபிரசாதைப் பார்த்தான். பார்த்த முகமாக இருந்தது.

'அடக்கடவுளே! இன்னிக்கு மத்தியானம் யூனியன் ஆபீசுக்கு வந்திருந்தானப்பா! எல்.டி.சி. பணம் ஏதேதோ கேட்டான். நான் செஞ்சி தரேன்னு சொன்னேன்! ச்ச்சீ! தேவடியாப் பசங்களா! பேமானி முண்டங்களா! ஆஸ்பத்திரியாடா நடத்தறீங்க! மூர்த்தி நாளைக்கு ஒண்ணுல ஒண்ணு தீர்ந்துடும்! ஒண்ணு நான் சாகணும், இல்லை இந்த ஆஸ்பத்திரியைக் கொளுத்தணும், சத்தியமா முடிச்சிக் காட்டுறேன்!'

'இந்த டிரைவர்!'

'இவனையும் சேர்த்து நாளைக்கு எரிச்சுடலாம்!'

'முதல்லே ஃபேமிலிக்கு விஷயம் தெரியப்படுத்தணும்.'

'அவ கர்ப்பமா இருக்கா கிருஷ்ணா!'

'இருந்தாலும் நாம சொல்லித்தான் ஆகணும். வீடு தெரியுமா?'

'தெரியும்!'

'இன்னி ராத்திரி தூக்கம் கிடையாது... மூன்று மணி எஸன்ஷியல் ஷிப்ட் போவுது பாரு... அப்பவே தெரிவித்திருக்கலாம்.'

மிக வேகமாக ஆஸ்பத்திரியை விட்டு வெளியே நடந்தார்கள். கிருஷ்ணய்யா இரண்டு பாக்கெட் சார்மினார் வாங்கிக் கொண்டான்.

'அந்தாள் பேர் என்ன?'

'குருபிரசாத்!'

'குரு! காம்ரேட் குரு!'

இரவு பன்னிரண்டு மணிக்கு விடாமல் வாசல் மணியடித்துக் கொண்டிருந்தது. சற்றே தூங்கியிருந்த சரஸ்வதி திடுக்கிட்டு எழுந்தாள். கதவைத் திறக்காமல் 'யாரு' என்றாள்.

'நானே ஸ்ரீனிவாசமூர்த்தி.'

எந்த... ஸ்ரீனிவாசமூர்த்தி? திறப்பதா வேண்டாமா?'

'சிஸ்டர் பயப்படாதீங்க... நான் குருவுடைய சினேகிதன், ஸ்ரீனிவாசமூர்த்தி... வத்ஸலா புருஷன்!'

'ஓ!'

கதவைத் திறந்தாள். இரண்டு பேர் நின்றிருந்தார்கள். ஸ்ரீனிவாச மூர்த்தி முகம் பரிச்சயமாக இருந்தது.

'கவலைப்படாதீங்க சிஸ்டர்...'

'அவருக்கு ஏதாவது ஆயிடுச்சா?'

'லேசா மயக்கமா இருக்காரு... ஆஸ்பத்திரியிலே படுத்திருக்காரு! டாக்ஸியிலே ஏறிக்கங்க!'

சரஸ்வதி வார்டுக்கு வந்தபோது மணி ஒன்று. குருபிரசாத் அமைதியாகப் படுத்திருந்தான். நல்லவேளை! ஏதோ விபத்து என்று நினைத்தேன். சாந்தமாகத்தான் படுத்திருக்கிறான். முகத்தில் சலனமில்லை. சீராக மூச்சு விட்டுக்கொண்டிருந்தான். ஆக்சிஜன் குழாயைக்கூட எடுத்திருந்தார்கள்.

'ஏங்க! ஏங்க!' என்று கூப்பிட்டு கன்னத்தில் லேசாகத் தட்டிப் பார்த்தாள். தலை ஆடியது. மார்பில் கை வைத்துப் பார்த்தாள். சீராக இதயம் துடித்துக்கொண்டிருந்தது. உடம்பு இளஞ்சுரமாக இருந்தது.

ஒன்றுமில்லை. வெறும் மயக்கம்! காலையில எல்லாம் சரியாகி விடும். காலை எழுந்து விடுவார். அப்பாடா! நான் என்னவோ ஏதோ என்று பயந்து அலறியே விட்டேன்! திருப்பதிப் பெருமாள் தான் காப்பாற்றி இருக்கிறார். சாந்தமாக இருக்கிறது முகம்! ஆபத்தில்லை.

நம் மனித மூளையின் அமைப்பில் பற்பல ஆச்சரியங்களில் ஒன்று, மூச்சு விடுவதற்கும் இருதயத் துடிப்பைக் கட்டுப்படுத்து வதற்கும் உண்டான கேந்திரங்களை மூளைக்குள் மிகவும் உள்ளே நடுமையத்தில் வைத்திருக்கிறார் கடவுள்.

குருபிரசாதின் மூளையின் சகல பாகங்களும் அந்த ஹெமரேஜினால் சேதமுற்றிருக்க, அந்தப் பகுதி இன்னும் சேதமடையவில்லை.

எனவே குருபிரசாத் சீராக மூச்சுவிட்டுக் கொண்டிருந்தான். இதயம் அடித்துக்கொண்டே இருந்தது! இன்னும் எவ்வளவு நாள் அல்லது மணி!

விடிந்தது.

அட்மினிஸ்ட்ரேஷன் மேனேஜர் ராஜரத்தினம் சாயிபாபா, ராமர், மாங்காடு அம்மன், அஷ்டலட்சுமி, குருவாயூர் கிருஷ்ணன் என்று கதம்பமாக பூஜை அறை முழுமையும் மாட்டியிருக்கும் சுவாமி படங்களை ஒட்டுமொத்தமாகச் சேவித்துவிட்டு கிண்ணியிலிருந்து விபூதி எடுத்து நெற்றியில் இட்டுக்கொண்டு தொழிற்சாலைக்குக் கிளம்பினார். சாமி, என்றைக்கும்போல எல்லாம் நல்லாப் போக ணும் என்று முணுமுணுத்துக்கொண்டே ஃபேக்டரியை நோக்கி நடந்தார். பர்ஸனெலில் இருப்பவர்கள் எல்லாருக்கும் அல்சர் வரும் என்று பயந்து ராஜரத்தினம் காப்பி சாப்பிடுவது கிடையாது. கான்டீனிலிருந்து ஸ்பெஷலாகப் பால் வரும். ராஜரத்தினத்துக்குப் பதினைந்து வருஷம் சர்வீஸ். பழம் தின்றுக் கொட்டை போட்ட ஆசாமி! ஸ்டிரைக், வாக் அவுட் சார்ஜ்ஷீட்ஸ், பென்ஷன் என்ப தெல்லாம் அத்துப்படியான காரியங்கள். பெரும்பாலும் யூனியன் தலைவர்களுடன் பேசிப் பேசியே காரியத்தைச் சாதித்துவிடுவார். போலீஸ் உதவியை கடைசிவரை நாடமாட்டார்.

ராஜரத்தினம் தொழிற்சாலை ஹாலில் நுழையும்போதே ஏதோ தப்பாக நிகழ்ந்து விட்டது என்று உணர்ந்துகொண்டார். இந்தச் சமயத்துக்கு தொழிலாளிகள் எல்லோரும் தத்தம் ஷிப்ட்டில் இருக்கவேண்டும். பதிலாக வெளியே முடிச்சு முடிச்சாகப் பேசிக் கொண்டிருக்கிறார்கள். செக்யூரிட்டி ஆபீசர் அவரிடம் வந்து, 'சார், நீங்க பின்பக்கமா ஆபீஸுக்குள்ள வந்தா நல்லது' என்றான்.

அதற்குள் மற்றவர்கள் அவரைப் பார்த்த உடனே கோஷம்.

'வி வாண்ட்'

'ஜஸ்டிஸ்'

'வி வாண்ட்'

'ஜஸ்டிஸ்' என்று வெடித்தது.

சட்டென்று ராஜரத்தினம் ரிஜிஸ்டர் செக்ஷனில் நுழைந்து நாற்காலியைக் கடந்து உள்பாதை வழியாக மாடிப்படியை

அடைந்து தன் அறைக்குள் சென்றார். கூட்டத்தைப் பார்த்ததுமே கல்லடி விழும் என்று தெரிந்துவிட்டது. வெளியே ஆரவாரம் பெருகியது. ராஜரத்தினம் தன் அறையின் உள்பக்கம் தாளிட்டுக் கொண்டு ஜன்னல்களை மூடிக்கொண்டார். உட்கார்ந்த உடனே இன்டர்னல் டெலிபோன் பஸ்ஸர் ஒலித்தது. அவருடைய பர்ஸனல் அசிஸ்டெண்ட், 'சார்! யூனியன் லீடர் உங்களைப் பார்க்கணுமாம்' என்றான்.

'எந்த யூனியன்?'

'ரெண்டு யூனியனுமாம்.'

'சரிதான்... கூட்டு சேர்ந்துவிட்டார்களா! பதினைந்து நிமிஷம் ஆகும்னு சொல்லு. முதல்லே செக்யூரிட்டி ஆபீசரை டெலி போனில் கூப்பிடு.'

உடனே சந்திக்க மறுத்தது, வெளியே இன்னும் கோஷத்தை அதிகரித்தது. கிருஷ்ணய்யா, ஷாப்புகளுக்கு இடையில் வெட்ட வெளியில் ஒரு ஸ்டூல் போட்டு அதன்மேல் நின்றுகொண்டு, 'நண்பர்களே! நம் இனிய நண்பர், நம் சக காம்ரேட், நம் ரத்தத்தின் ரத்தம், குருபிரசாத் என்பவனை நேற்று இந்தத் தொழிற்சாலையைச் சேர்ந்த ஆஸ்பத்திரியில் நடத்திய விதத்தை நீங்கள் தெரிந்துகொண்டால் உங்கள் ரத்தம் கொதிக்கும். டாக்டர் வந்து தப்பாக ஃபுட் பாய்ஸனிங் என்று சொல்லி இ.எஸ்.ஐ. ஆஸ்பத்திரிக்கு அனுப்புகிறாள்... காம்ரேட்ஸ்! ஆம்புலன்ஸ் கிளம்புவதற்குமுன் இந்த டாக்டர் என்ன செய்தாள்? காம்ரேட் குரு மயக்கமாக உயிருக்கு ஊசலாடிக்கொண்டிருக்கையில் இந்த லிப்ஸ்டிக் தேவி கிழட்டு டாக்டர் ஆம்புலன்ஸை வீட்டுக்கு எடுத்துச் சென்று தான் இறங்கின பிற்பாடுதான் அனுப்புகிறாள்.

'இ.எஸ்.ஐ.யில் நடந்ததென்ன? உங்கள் சக தொழிலாளிக்கு அங்கு அளிக்கப்பட்ட மரியாதை என்ன?'

கிருஷ்ணய்யா கை காலை ஆட்டி உரத்த குரலில் பேசிக் கொண்டிருந்தான். மெதுவாக தொழிலாளர்கள் ஒவ்வொருவராக வெளியே வந்து அவன் சொல்வதைக் கவனித்தார்கள்.

'குருபிரசாத் யாருய்யா?'

'மெஷின் ஷாப் அசெம்பிளியில் இருக்காம்பா. சிவந்த பையன். கண்ணுகூட சித்த மாறு கண்ணா இருக்கும். ஸ்ரீனிவாசமூர்த்தி பின்னாடியே போவான்!'

'போயிட்டானா?'

'அப்படித்தான் சொல்லிக்கிறாங்க... அந்த ஆஸ்பத்திரிக்காரன் கை வெச்சா... சாவடிச்சுட்டுதான் மறுகாரியம் பாப்பானுங்க!'

'பெண்சாதி நிறைமாத கர்ப்பிணியாம்பா... பாவம்!'

'போன வருஷம்தான் கல்யாணம் ஆச்சாம்... முதல் குழந்தையாம்!'

ஸ்ரீனிவாசமூர்த்தியும் மற்றும் ஏழெட்டு சகாக்களும் கோஷ்டியாக ஏக்கரா கணக்கில் விரிந்திருந்த அந்தத் தொழிற்சாலையின் ஒவ்வொரு பகுதிக்கும் சென்று தொழிலாளர்களை வெளியே வருமாறு அதட்டினார்கள். ஆஸ்பத்திரியில் ஒரு ஆள் செத்துப் போயிட்டிருக்கான், தப்பு மருந்து கொடுத்து! வேலை என்னய்யா வேலை... வெளியே வாங்க!

மெல்ல மெல்ல ராஜரத்தினத்தின் ஆபீஸ் வாயிலில் கூட்டம் பெருகிக்கொண்டிருந்தது. ராஜரத்தினத்தின் டெலிபோன் விடாமல் அடித்துக்கொண்டிருந்தது.

ஹெட் ஆபீஸிலிருந்து டைரக்டர் போன் செய்தார்.

'என்னய்யா, எல்லா தொழிலாளர்களும் வெளியே வந்து கலாட்டா பண்றாங்களாமே!'

'ஆமா சார். ஒரு ஒர்க்கரை ஹாஸ்பிட்டல்ல அட்மிட் பண்ணதில் கொஞ்சம் சிக்கல் நேர்ந்து போச்சுன்னு கலாட்டா பண்றாங்க சார்.'

'இதுக்கா இவ்வளவு ஆர்ப்பாட்டம்! ஒர்க்கர் பேர் என்ன?'

'குருபிரசாத் சார், அசெம்பிளில ஒரு மெக்கானிக்.'

'நம்ம ஃபேக்டரி ஆஸ்பத்திரியா?'

'இல்லை சார், விக்டோரியா!'

'அதுக்கு நாம என்ன செய்ய முடியும்?'

'இங்கு அட்மிட் ஆனதில் தாமதமாயிடுச்சாம்!'

'ப்ரொசிஜர் இல்லையா! அதுக்குப் போய் ஸ்டிரைக்கா? ஒரு நாள் ப்ரொடக்‌ஷன் போச்சுன்னா ஃபேக்டரிக்கு எவ்வளவு நஷ்டம் தெரியுமா? டூ சம்திங் மேன்! அந்த ஆளை வேணா சிட்டியிலே

இருக்கிற பெஸ்ட் நர்சிங் ஹோமுக்கு டிரான்ஸ்ஃபர் பண்ணிடறதாச் சொல்லி ஏதாவது செஞ்சு அவங்களைத் திருப்பி வேலைக்கு அனுப்பிடு!'

'சரி சார்.'

ராஜரத்தினம் டெலிபோனை வைத்ததும் மறுபடி அது ஒலித்தது.

எடுத்தார். 'சார், யூனியன் ஆசாமிங்க! 'அனுமதி தராரா, இல்லை கதவை உடைச்சு உள்ளே போகணுமா'ன்னு கேக்கறாங்க. என் மேல மைக்கூட்டை உதர்றாங்க!'

'சரி... சரி... உள்ள அனுப்பு.'

ராஜகோபால் சாமி, கிருஷ்ணய்யா, ராபர்ட், கருணாகரன்! அடேயப்பா எல்லோரும் ஒரே சமயத்தில் ஐ.என்.டி.யு.சி, ஏ.ஐ.டி.யு.சி எல்லோரும்! ராஜரத்தினம் கடைசியில் முருகனை நினைத்துக்கொண்டார்.

ராஜகோபால் மிகவும் முறைப்பான மிருகம் போன்ற ஆசாமி. பயங்கரமான மீசை, தாட்டியான உடம்பு வாகு.

மேஜைமேல் ஒரு காகிதத்தை பட்டென்று அடித்தாற்போல் வைத்தான். 'விஷயம் தெரியுமில்லே?'

'தெரியும், ரொம்ப சாதாரண விஷயத்துக்கு நீங்கள் ஆர்ப்பாட்டம் செய்கிறீர்கள். இப்ப என்ன வேண்டும்? குருபிரசாத்துக்கு நல்ல ட்ரீட்மெண்ட், அவ்வளவுதானே! இப்பத்தான் டைரக்டர் போன் செய்தார். அவங்க கேட்கறபடி எந்த நர்சிங் ஹோம்ல வேண்டுமானாலும் கம்பெனி செலவில் அட்மிட் பண்ணிவிடுன்னாரு!'

'ஆள் இத்தனை நேரம் செத்துப் போயிருப்பான் சுவாமி!'

'யார் சொன்னது. வதந்தியைக் கிளப்பாதீர்கள். இப்போதுதான் விக்டோரியா ஆஸ்பத்திரி டீனுக்கு டெலிபோன் செய்தேன். அவன் உயிருடன்தான் இருக்கிறான்.'

'உயிருடன் என்றால்... சிரித்துப் பேசிக்கொண்டா?'

'இல்லை மயக்கத்தில்.'

'மயக்கம் எதனால் தெரியுமா? நீங்க வைத்திருக்கும் பாடாவதி ஆஸ்பத்திரியில் பாடாவதி டாக்டர்கள் கொடுத்த பாடாவதி

ட்ரீட்மெண்ட். ராத்திரி நடந்தது தெரியுமா ராஜரத்தினம் அவர்களே!'

'தெரியும். எல்லாற்றையும் தீர விசாரித்து விடலாம். அதற்குமுன் முக்கியமாக நடக்க வேண்டியது என்ன? நீங்கள் எல்லோரும் நிம்மதியாகத் திரும்ப வேலைக்குச் செல்லவேண்டும். ஒரு தொழிலாளி விடாமல் எல்லோரையும் தத்தம் வேலைக்குத் திரும்பச் சொல். அதற்கப்புறம் பேச்சு வார்த்தை நடத்தலாம்!'

'இதைப் படித்துக்கூடப் பார்க்கமாட்டாயா? நாங்கள் திரும்ப வேலைக்கு செல்வதற்கு இந்த நாலு நிபந்தனைகள்.'

ராஜரத்தினம் அதைப் படித்தார்.

1. கொலைகார டாக்டர் ராஜலட்சுமியை வேலையை விட்டு நீக்கு.

2. சி.எம்.ஓ.வை உடனே லீவில் போகச் சொல்.

3. தொழிற்சாலை ஆஸ்பத்திரி நடவடிக்கைகள் பற்றி விசாரிக்க பாரபட்சமற்ற கமிட்டி ஒன்றை நிர்ணயம் செய்.

4. டிரைவர் காதர் பாச்சாவுக்குத் தண்டனை கொடு.

'இந்த எல்லாற்றையும் இந்த நிமிஷத்தில் செய்தால்தான் மேற் கொண்டு பேச்சு வார்த்தை.'

'முதல்ல நீங்க வேலைக்குத் திரும்பிப் போகவேண்டும். அப்புறம்தான் நான் இந்தக் கடிதத்தைப் பார்ப்பேன்' என்றார் ராஜரத்தினம்.

'முடியாது.'

'சரி, அப்படி என்றால் வெளியே வந்த எல்லோருக்கும் அரை நாள் சம்பளத்தை கட் பண்ணுவோம்.'

ராஜகோபால் சிரித்தான். 'என்ன? ஐந்தாவது கண்டிஷன் போட வேண்டுமா ராஜரத்தினம்! நீ ரெசிக்னேஷன் கொடுக்கவேண்டும். என்ன?'

'எவ்வளவு கண்டிஷன் வேண்டுமானாலும் போடுங்கள்.'

'வாங்கப்பா, ஆளு கல் சுவர்' என்று அவர்கள் வெளியே சென்றார்கள்.

ராஜரத்தினத்துக்கு வியர்த்திருந்தது. முதலில் எடுத்த உடனே விட்டுக் கொடுக்கக் கூடாது. இதே வழக்கமாகிவிடும். ஸ்டுப்பிட் லேடி! ஒரு சின்னக் காரியத்தினால் எவ்வளவு சங்கடம்! டெலிபோன் அடிக்க, மறுபடி டைரக்டர்.

'என்ன, வேலைக்குத் திரும்பிப் போனாங்களா?'

'இல்லை சார், என்ன என்னவோ கேட்கிறார்கள். பிடிவாதமாக இருக்கிறார்கள்.'

'போலீசுக்கு சொல்லியிருக்கிறாயா?'

'சொன்னேன். வருகிற நேரம்தான்! ஆனால் நிலைமை கொஞ்சம் டென்ஸ்தான்.

'என்ன கேட்கிறார்கள்?'

'அந்த லேடி டாக்டரை டிஸ்மிஸ் செய்து, சி.எம்.ஓ. லீவில் போக வேண்டும். அப்புறம் விசாரணைக் குழு அமைக்க வேண்டுமாம்!'

'லேடி டாக்டரை சஸ்பெண்ட் செய்துவிடலாம் என்று சொல்லிப் பாரேன்!'

'கேட்க மாட்டார்கள் சார்!'

'இன்னும் அரைமணிக்குள் அவர்கள் வேலைக்குத் திரும்ப வில்லை என்றால் எனக்கு டெலிபோன் செய்!'

'சரி, சார்!'

ராஜரத்தினம் ஜன்னலுக்கு வெளியே பார்த்தார்.

ராஜகோபால், கிருஷ்ணய்யா அத்தனை பேரும் பால்கனியில் நின்றுகொண்டிருக்க, கீழே ஏறக்குறைய ஐயாயிரம் தொழிலாளர்கள் நின்றுகொண்டு ஆவலுடன் ஆர்பாட்டத்துடன் கேட்டுக் கொண்டிருந்தார்கள்.

'இந்த மேனேஜ்மெண்ட் அடிவருடி ராஜரத்தினம் என்கிற தேவடியாள் மகன் நம் சம்பளத்தை கட் பண்ணப் போகிறானாம். சொல்லுங்கள். உங்களுக்குச் சம்பளம் வேணுமா? காம்ரேட் குருபிரசாத் உயிர் வேண்டுமா?'

'உயிர்... உயிர்!' என்றது ஐயாயிரம் குரல்கள்.

'நமக்குப் பைசா தேவையா?'

'இல்லை... இல்லை!'

'நடங்கள் ஆஸ்பத்திரிக்கு! முதலில் அதை எரிக்கலாம்.'

கிலுங் என்று சப்தம் கேட்டுத் திடுக்கிட்டார் ராஜரத்தினம். ஒரு செருப்பு செங்குறியாக ஜன்னல்மேல் அடித்தது. கண்ணாடி சிதறியது. அதன்பின் வந்த செருப்புகள் அவ்வளவும் வராந்தாவில் சிதறின.

ராஜரத்தினம், அந்தக் கூட்டம் ஆஸ்பத்திரியை நோக்கி ஒரு மிகப் பெரிய தேர் போல் நகர்வதைப் பார்த்து உடல் சிலிர்த்தார். செக்யூரிட்டி ஆபீஸருக்கு போன் செய்தார்.

'போலீசுக்கு சொல்லிட்டீங்களா?'

'சொல்லிட்டேன் சார்! வர நேரம்தான்.'

'முன்னாலேயே போன் செய்திருக்கவேண்டும் நாகராஜ்! இப்ப போலீஸ் வராததனாலே எவ்வளவு நஷ்டம் ஏற்படப் போவுது தெரியுமா?'

'எல்லோரும் ஆஸ்பத்திரிக்கு போறாங்க சார்!'

'போலீஸ் வரதுக்குள்ள ஆஸ்பத்திரியைத் தூள் தூளா உடைச்சுடுவாங்க!'

'அந்த ஆள் செத்துப் போயிட்டானா?'

'யார்யா சொன்னது?'

'அதுதான் வதந்தி.'

'முதல்ல அந்த வதந்தியைக் கொல்லுங்க. அவங்கக்கிட்ட சொல்லுங்க, அவன் செத்துப் போகலைன்னு.'

'யார் சொல்லறதுங்க! அப்புறம் ஃபேக்டரிக்குள்ளேயும் நிறைய டேமேஜ் செஞ்சிருக்காங்க! மோல்டிங் செக்ஷன்ல வேறே நெருப்பு விபத்துன்னு ஃபயர் ப்ரிகேடுக்கு அனுப்பியிருக்கோம்!'

'மை காட்!'

ராஜரத்தினத்துக்கு உடம்பெல்லாம் பயம் கொப்பளித்தது. நிலைமை மிகவும் மோசமாகப் போகிறது. இன்னும் போலீஸ் வரவில்லை. கொளுத்த ஆரம்பித்துவிட்டார்கள்! டெலிபோன் அடித்தது. டைரக்டராகத்தான் இருக்க வேண்டும்.

'என்னய்யா? வேலைக்குத் திரும்பிப் போறாங்களா இல்லையா?'

'இன்னும் இல்லை சார்!'

'நான் விக்டோரியா ஆஸ்பத்திரி டாக்டர்கிட்ட பேசிட்டேன். அந்த ஆளை நல்லாக் கவனிச்சுக்கும்படி. இதையும் ஒர்க்கர்ஸ் கிட்டச் சொல்லிவிடு!'

'அவுங்க நாம சொல்றதைக் கேக்கற நிலையில் இல்லை சார்!'

'எங்கே அவுங்கல்லாம்!'

'எல்லோரும் ஃபேக்டரியை விட்டு வெளிநடப்பு செஞ்சு ஆஸ்பத்திரிக்குப் போயிருக்காங்க சார்!'

'ஃபேக்டரி காலியா?'

'ஏறக்குறைய.'

'என்னய்யா ஃபேக்டரி நடத்தறீங்க நீங்க! எதையாவது செஞ்சு அவர்களைத் திரும்பி வரச் சொல்லுங்க! க்விக்!'

'சரி, சார்!'

வைத்ததும் செக்யூரிட்டி ஆபீசர் போன் செய்தார்.

'போச்சு சார்! ஆஸ்பத்திரியை உடைச்சு நொறுக்கிட்டிருக்காங்க!'

கிருஷ்ணய்யாவுக்கு அந்த விஷயம் போதை தந்தது. நான் தலைவன்! எனக்குப் பின்னால ஆறாயிரம் பேர். இல்லை பத் தாயிரம் பேர். நான் சொன்ன ஒவ்வொரு ஆணையும் நிறைவேற்ற, 'கல் எறிங்கடா' என்றால் கல், 'துப்புங்கடா' என்றால் நெருப்பு.

இப்போது ஒரு கேன் பெட்ரோல் வைத்து ஆஸ்பத்திரியின் வாசலை நனைத்துக்கொண்டிருந்தார்கள்.

'உயிருள்ளவரை போராடுவோம்! மேனேஜ்மெண்டின் மிரட்ட லுக்கு அடி பணியோம். ஜிந்தாபாத்! ஜிந்தாபாத்!'

ஆஸ்பத்திரியின் பின் வாசல் வெளியே வெள்ளை உடை நர்ஸ்களும், ஆர்டர்லிகளும், டாக்டர்களும் ஓடிப்போனார்கள். பேஷண்டுகள் கூட்டத்துடன் கலந்துகொண்டார்கள். தீபாவளி வெடிகள் வெடித்தன. ரோஜாப் பதியன்கள் மிதிக்கப்பட்டன. மெடர்னிட்டியில் முப்பது குழந்தைகள் சேர்ந்தாற்போல் அலறின.

'மிஸ்டர் ராஜரத்தினம்! இதுதான் என் எல்லை, தொழிற் சாலைக்குள் தீ விபத்து, வெளியே ஆஸ்பத்திரியில் கோரமான சேதம்! தொழிற்சாலையின் அட்மின் மேனேஜர் என்கிற ரீதியில் இந்த நிலைமையை நீங்கள் தவிர்த்திருக்க வேண்டும். இவ்வளவு தூரத்துக்கு விட்டிருக்கக்கூடாது!'

'ஐம் ஸாரி சார்! திடீர் என்று!'

'இந்த மாதிரி நிலை சொல்லிக்கொண்டு வருமா? என்ன செய்து தொலைக்கவேண்டும் என்கிறார்கள்?'

'டாக்டர் ராஜலட்சுமியை டிஸ்மிஸ் செய்யவேண்டுமாம்?'

'சரி, செய்துவிடுங்க. டிஸ்மிஸ் ஹர்!'

'சி.எம்.ஓ. டாக்டர் பாலகோபால் லீவில் போகவேண்டுமாம்!'

'போகச் சொல்லுங்கள்! அவர்கள் சொல்லும் எதற்கும் ஒப்புக் கொள்ளுங்கள்! திரும்பி வந்தால் சரி.'

'மன்னிக்கவும்! இவ்வளவு கோழைத்தனமாக விட்டுக் கொடுக்கக் கூடாது என்று தோன்றுகிறது!'

'மடத்தனமாக அறிவுகெட்டுப் பேசாதீர்கள். தொழிற்சாலைக் குள் இருக்கும் சாதனங்களின் மதிப்பு எவ்வளவு தெரியுமா? இருபது லட்சம். அந்த ஆளை ஐஸ்லோக் ஆஸ்பத்திரிக்கு வேண்டுமானாலும் அனுப்பத் தயார் என்று சொல்லுங்கள்! என்னால் இனி சமாளிக்க முடியாது!'

'போலீஸ் வந்துவிடுவார்கள் எந்தச் சமயமும்.'

'மிஸ்டர் ராஜரத்தினம், நான் சொன்னதைச் செய்து இன்னும் ஒரு மணி நேரத்துக்குள் ஃபேக்டரியில் அமைதி நிலைமை ஏற்படா விட்டால் உம்முடைய சீட்டு கிழிக்கப்படும், ஜாக்கிரதை! கடைசி எச்சரிக்கை!'

இரண்டு லாரி நிறைய 'ஹெல்மெட்' அணிந்த போலீஸ்காரர்கள் ஆஸ்பத்திரி வாசலில் வந்து இறங்கினார்கள். கல் எறிந்தவர்களை எல்லாம் பிடுங்கிப் பிடுங்கித் தள்ளிவிட்டார்கள். முட்டியில் லத்தியால் அடித்து நொண்ட வைத்தார்கள். கண்ணீர்ப் புகை ஒரு ரவுண்டு உபயோகப்படுத்தினார்கள்.

ஐந்து நிமிஷத்தில் அந்த இடம் துல்யமாகக் காலியாகிவிட்டது. தொழிலாளிகள் யாவரும் கைமேல் கை பொத்திக்கொண்டு சகட்டுமேனிக்கு ஓடினார்கள். வயசு வித்தியாசம் பாராமல் சின்னப் பையன்கள் போல ஓடினார்கள். ஆஸ்பத்திரி வாசலில் ஒரே ரத்தத் திட்டு.

ராஜரத்தினம் பதினோரு மணிக்கு ராஜகோபால் சாமி, கிருஷ்ணய்யா, ராபர்ட், கருணாகரன் நால்வரையும் கூப்பிட்டு ஒரு கடிதம் கொடுத்தார்.

> இன்று காலை நாம் விவாதித்தபடி டாக்டர் ராஜலட்சுமி வேலையிலிருந்து நீக்கப்படுவாள். டாக்டர் பாலகோபால் லீவில் செல்லுமாறு பணிக்கப்பட்டுள்ளார். மூன்று பேர் கொண்ட பாரபட்சமற்ற விசாரணைக்குழு அமைக்கப்பட்டு தொழிற் சாலை ஆஸ்பத்திரி செயல்பாடு அனைத்தையும் ஆராயும்.
>
> டிரைவர் காதர் பாச்சா உடனடியாக எஸ்டாப்ளிஷ்மெண்ட் - செக்ஷனுக்கு மாற்றப்படுவார்.
>
> தொழிலாளர்கள் அனைவரும் உடனே தத்தம் வேலைகளுக்குத் திரும்புமாறு ஆணையிடப்படுகிறார்கள்.
>
> ஒப்பம்,
>
> ரத்தினம், ஏ.எம்.

'ஆணையிடப்படுகிறார்கள்' என்பதை 'கேட்டுக் கொள்ளப்படு கிறார்கள்' என்று மாற்றுவது பற்றி சற்று நேரம் சர்ச்சை நடந்தது.

அப்புறம் காம்ரேட் குருபிரசாத்தை தொழிலாளர்கள் ஆஸ்பத் திரியில் போய்ப் பார்க்க ஃபேக்டரி பஸ்கள் ஆறு உடனே தயாராக வேண்டும். ஒப்புக் கொள்ளப்பட்டது.

அரை நாள் சம்பளம்?

குறைக்கப்படாது. சத்தியம்!

டாக்டர் ராஜலட்சுமி - இன்று அவளுக்கு ஆஃப் தினம். சற்று வேறுவிதமாக இருக்கட்டும் என்று பாலஸ் ஆர்ச்சார்டில் இருக்கும் தன் சகோதரி சந்திராவைப் பார்க்கக் காலையிலேயே போயிருந்தாள்.

'எனக்கென்ன சந்திரா! இது நல்ல ஸ்திரமான உத்தியோகம். பிள்ளைதான் அப்பனைக் கொண்டிருக்கிறான். உபயோகம் இல்லை. பெண்கள் படித்து முன்னுக்கு வந்துவிட்டால் இன்னும் எட்டு வருஷத்துக்கு பல்லைக் கடித்துக்கொண்டு கஷ்டமோ நஷ்டமோ இந்த வேலையில் தொடர்ந்து இருந்துவிட்டால் ஒரு வழியாக இருக்கிற கடன் எல்லாம் அடைத்து, கொஞ்சம் முனைந்து சுதாரித்துக்கொள்வேன்...'

'ராஜி, உனக்கு எப்ப ஃப்ரமோஷன் கிடைக்கும். அடுத்த டெபுட்டி சீஃப் நீதான்னு சொன்னியே?'

'வந்துடும்! சீக்கிரம் கிடைச்சிடும்!' என்றாள்.

தொழிற்சாலை மத்தியானம் அமைதி ஆகிவிட்டது. எல்லோரும் வேலைக்குத் திரும்பி விட்டார்கள்.

நான்கு யூனியன் தலைவர்களும் அந்த வேளையில் தொழிற் சாலைக்கு அருகே பிரைவேட் காலனியில் இருந்த பாரில் உள்ளே தனி அறையில் சாப்பிட்டுக்கொண்டிருந்தார்கள்.

ராஜகோபால் சிரித்தான்.

'மூத்திரம் பேஞ்சுட்டான்யா. அவன் மூஞ்சியைப் பார்க்கணும். பேய் அறைஞ்சமாதிரி.'

கிருஷ்ணய்யா: 'நாம் கேட்ட ஒவ்வொரு கண்டிஷனுக்கும் ஒத்துக்கிட்டாங்களே.'

'ஒரு நாள் ப்ரொடக்ஷன்னா சும்மாவா. ஒர்க்கர்ஸ் பாத்தீங்களா? சொன்ன உடனே பின்னாலேயே வந்துட்டாங்க.'

'பேசினது யாரு?' என்றான் கிருஷ்ணய்யா. ஸ்ரீனிவாசமூர்த்தி, 'என்னை மறந்துட்டீங்களே?' என்றான்.

'என்ன சாப்பிடறே, விஸ்கி?'

'சீர்ஸ், சீர்ஸ்.'

'தொழிலாளர் ஒற்றுமைக்காக.'

க்ளிங், க்ளிங்' என்று தம்ளர்கள் ஆமோதித்தன.

சிக்கன் ஆவி பறக்க உள்ளே வந்தது.

அக்கவுண்ட்ஸ் ஆபீசர் ராமகிருஷ்ணன் எல்லாவற்றையும் கூட்டிப் போட்டார்.

சரியாகப் பதினாறு லட்சத்து இருபதினாயிரம் நஷ்டம். அரை நாள் உற்பத்தி. சேதமுற்ற சாதனங்கள். பஸ் செலவு எல்லாவற்றையும் சேர்த்துப் போட்டதில். டைரக்டருக்கு போன் செய்தார்.

'சார்! ராமகிருஷ்ணன் ஹியர், தி ஃபிகர் இஸ் 16.2 லாக்ஸ் சார்.'

'போகிறது. இத்தோடு போச்சே! ராஜரத்தினம் பேச்சைக் கேட்டிருந்தால் ஒரு கோடி ரூபாய் நஷ்டமாகி இருக்கும்.'

பிற்பகல் இரண்டு பதினாறுக்கு குருபிரசாத் இறந்து போனான். அவன் இதயம் ஃபிப்ரிலேஷன் என்று புறாவின் சிறகடிப்புபோல் வேகமாக அடித்துக்கொள்ள ஆரம்பித்தது. அவன் உடம்பில் இணைந்திருந்த இ.சி.ஜி மானிட்டரின் அலாரம் செயல்பட்டு கீங் என்று நீளமாகக் குரல் கொடுக்க, ட்யூட்டி டாக்டர் வந்து மார்பைப் பிசைந்து மார்பிலேயே இன்ஜெக்ஷன் போட்டு தகிடுதத்தம் பண்ணியும் இறந்துபோனான்.

சரஸ்வதி பக்கத்து வார்டில் ஃப்ளாஸ்கில் வெந்நீர் வாங்கப் போயிருந்தாள்.

தொழிற்சாலையில் அதிகாரிகள் சர்வ ஜாக்கிரதையுடன் இருந்தார்கள். ஆஸ்பத்திரி சென்று பார்க்க விரும்பும் தொழிலாளர்களை ஏற்றிச் செல்ல ஆறு பஸ்கள் தயாராக இருந்தன. நோட்டீஸ் போர்டில், காம்ரேட் குருவின் மரணத்துக்கு வருந்துகிறோம் என்று பெரிசாக லேபிள் எழுதி ஒட்டியிருந்தது. போலீஸ் இரண்டு வண்டிகளில், வாசலில் காத்திருந்தார்கள்.

ஆறு பஸ்கள் நிறையத் தொழிலாளர்கள் ஏறிக்கொண்டார்கள். பஸ்கள் புறப்பட்டன.

பாதிப் பேர் மல்லேஸ்வரத்தில் இறங்கிக்கொண்டார்கள். மீதிப் பேர் மெஜஸ்டிக்கில் இறங்கிக்கொண்டார்கள்.

விக்டோரியா ஆஸ்பத்திரியை அடைந்தபோது மொத்தம் ஐந்தாறு பேர்தான் பாக்கி இருந்தார்கள்.

அவர்கள் ஆஸ்பத்திரியின் நீண்ட கல் தாழ்வாரங்களில் நடக்கையில் ஒருவன் கேட்டான்.

'அந்த ஆள் பேர் என்ன?'

'யாரு?'

'செத்துப் போனானே!'

'மோகன் பிரசாத்.'

'இல்லை முரளி பிரசாத்.'

'இல்லை, சத்தியமூர்த்தின்னு யாரோ சொன்னாங்க. ஸ்ரீனிவாச மூர்த்தியைக் கேட்டா தெரியும்.'

'ஸ்ரீனிவாசமூர்த்தி எங்கே?'

'ஏதோ பேரு! நட சீக்கிரம்.'
